அனிச்சம்போலும் இரவுகள்

பித்தன் வெங்கட்ராஜ்

தமிழ்ப் பல்லவி
வெளியீடு

9/1A, இராஜவீதி, கூட்டுறவு நகர்
பெரியார் நகர் (தெற்கு), விருத்தாசலம்
கடலூர் மாவட்டம் - 606001
Mobile: 99423 47079, 9384472509
tamilpallavi5@gmail.com

Anicham Polum Iravukal (Poems)
by **Pithan Venkatraj**

Poornima Venkatraj ©

அனிச்சம்போலும் இரவுகள்
பித்தன் வெங்கட்ராஜ்

பூர்ணிமா வெங்கட்ராஜ் ©

First Edition - OCTOBER 2024

Published by: **TAMIL PALLAVI VELIYEEDU**
No.9/1A, Rajaveethi, Cooperative Nagar,
Periyar Nagar (South), Vriddhachalam - 606001

Contact: **9942347079**
Size: Demy - NS Maplitho - Pages: 160 Pages

Book Layout: **Mass Infotech Services, Virudhachalam**
Cover Design: **Pazhanivel Masu, 9600442757**

Rs.160/-

நன்றி
ஆனந்தவிகடன், தமிழ்ப்பல்லவி, உயிர்மை
கொலுசு, புக்டே, விகடகவி, இனிய உதயம்
குமுதம், உங்கள் நண்பன்

தமிழ்ப் பல்லவி
வெளியீடு

என்

மூலமான என் தந்தைக்கும்

பிரதியான என் மகனுக்கும்

இரவில் எழுதிய கவிதைகளின் வெளிச்சம்

இலக்கிய வகைகளில் கவிதையும் ஒன்று. இது அதிலிருந்து வெளிப்படும் பொருள், ஒலி, தாளம், சீரான மொழியின் மூலம் வாசகர்களிடம் உணர்ச்சி பூர்வமான ஒரு மன நிலையை உருவாக்குகிறது.

இன்றைய கவிதைகள் தன் வளர்ச்சியில் புதுப்புது உருவங்களைப் பெற்றுவருகின்றன. இதில், கவிதைகளின் புரிதலும், புரியாமையும் போட்டி போட்டுக்கொண்டு கவிதைகளை வளர்த்து வருகின்றன.

கவிதைகளை ஊன்றிக் கவனிக்கும் போது, கவிஞன் எழுதுவதும், வாசகன் படிப்பதும் ஒன்றல்ல. கவிதை வாசிக்கும் தேர்ந்த வாசகனின் மனமும், புரிதலும் அவர்களுக்குள் வேறொரு கவிதையை எழுதிக்கொள்கிறது.

கவிதைகளால் ஏற்படும் தொடர்சிந்தனைகள் வாசகனுக்குள் நீண்டு, குழைந்து அவன் கவிமனத்துடன் பிரமித்திருக்கவும், இரசித்து மகிழவும், அசைபோடவும், அதனுள் பயணித்து மகிழ்ந்திட வாய்ப்பளிக்கின்றன.

எல்லோராலும் எல்லாச்சூழலிலும் கவிதை எழுதிவிட முடிவதில்லை. அவரவருக்கு ஒருநேரம், ஒரு சூழல், ஒரு மனநிலை வந்தால்தான் கவிதை எழுத முடிகிறது.

ஆனால், கவிஞர் பித்தன் வெங்கட்ராஜ், இரவில் கவிதை படைத்துள்ளார். அவருக்குள்ளான கவிதை மனம் இரவில்தான் அவரை எழுத வைத்திருக்கிறது. அந்த இரவுநேர அமைதி அவருக்குள் அந்த உண்மையை வார்த்தைகளாக்க உதவியுள்ளது. இதில்தான் "அனிச்சம் போலும் இரவுகள்" பிறந்துள்ளது.

பித்தன் வெங்கட்ராஜ், என் நண்பன் என்பதா...? என் தம்பி

என்பதா...? அதுதான் தெரியவில்லை. ஆனால், அதற்கும் மேல் என்பது புரிகிறது. இது தமிழ்த் திரைப்பாக்கூடம் தந்த ஓர் உறவு. வாசிப்பையும், எழுத்தையும், திரைப்பாடலையும் நேசிக்கும் ஓர் அன்பின் இறுக்கம்தான் கவிஞர் பித்தன் வெங்கட்ராஜ்.

அவருக்குள் இருக்கும் அவரைக் கண்டறிந்து "அலையோடு கொஞ்சம் தேநீர்", நூலினைக் கொண்டு வந்தோம். அது அவருக்கு ஒரு நல்ல அடையாளத்தை ஏற்படுத்தியது. அந்த உத்வேகத்தில் அவருக்கான இலக்கியச் செயல்பாடுகளின் வேகத்தை நாடே அறிந்துகொண்டிருக்கிறது.

கவிஞரின் இரண்டாவது நூலாக வெளிவருகிறது "அனிச்சம் போலும் இரவுகள்" இதையும் தமிழ்ப்பல்லவி மூலமாக வெளியிடுவதற்கு வாய்ப்பளித்த கவிஞருக்கு நன்றி. இக்கவிதை நூல் அவருக்கான இன்னொரு பரிமாணத்தை உருவாக்குமென நம்புகிறேன்.

இந்நூலுக்கு என் மீதும், தமிழ்ப்பல்லவி மீதும் கவிஞர் மீதும் பெரிதான அன்பு வைத்திருக்கும் நவீன கவிவித்தகர் கவிஞர் கரிகாலன் அவர்கள் அற்புதமான அணிந்துரை, வழங்கியுள்ளார். அவரைப் போலவே திரைப்பட இயக்குநர் என்.குமார் அவர்களும் அழகானதொரு வாழ்த்துரை வழங்கிப் பாராட்டியுள்ளார். இருவருமே கவிஞரின் வளர்ச்சியினைப் பெரிதும் விரும்புபவர்கள். அவர்களின் ஆசியில் இத்தொகுப்பு இன்னும் மிளிர்கிறது.

எப்போதும் போல் இந்நூலினையும் மிகவும் சிறப்பாக வடிவமைத்து அழகாகக் கொண்டு வருவதற்கு உறுதுணையாகச் செயல் புரிந்துள்ள மாசு.பழனிவேல் அவர்களுக்கும், உறுதுணையாக இருந்த தோழி ஜான்சிராணி அவர்களுக்கும் நன்றி.

தமிழ்ப்பல்லவி வெளியீடுகளுக்குத் தொடர்ந்து ஆதரவளித்து வரும் வாசகர்களுக்கும், ஊடக நண்பர்களுக்கும் நன்றி. கவிஞர் பித்தன் வெங்கட்ராஜ் அவர்களின் "அனிச்சம் போலும் இரவுகள்" கவிதைநூல் மாபெரும் வெற்றியடைய வாழ்த்தி வரவேற்போம்.

பல்லவிகுமார்
விருத்தாசலம்.

இரவுகளின் சரிதம்

19ஆம் நூற்றாண்டில் கணினிக்கு நிரல் எழுதியவர் அகஸ்தா அடா லவ்லேஸ். கணினியைக் கண்டுபிடித்த பாப்பேஜோடு இணைந்து பணியாற்றியவர். இவருக்கு மதிப்பளிக்கும் வகையில் அமெரிக்க இராணுவம் வடிவமைத்த நிரலாக்க மொழிக்கு அடா நிரலாக்க மொழி எனப் பெயரிடப்பட்டது.

இத்தகைய கணித மேதை, தன் வேலையோடு நிறைவடைந்தாரா? இல்லை. 'உரிய காலத்தில் நான் கவிஞராவேன்!' என்றார். இவர் தந்தையின் பெயரைச் சொன்னால் 'இதில் என்ன ஆச்சரியம் இருக்கிறது!' எனத் தோன்றலாம். ஆம், அடா லவ்லேஸ், பெருங்கவி லார்ட் பைரனின் மகள்.

இப்படித்தான் பி.டெக் மெக்கானிக்கல் என்ஜினியரிங் படித்த பித்தன் வெங்கட்ராஜ் கவிதை எழுத வருவதும். தமிழ் இலக்கணம், சங்க இலக்கியம், பக்தி இலக்கியம், பிற்கால இலக்கியம் மற்றும் சமகால இலக்கியங்களின் மீது மிகுந்த ஆர்வம் கொண்டவர். எழுத்து, கவிதை, திரைத்துறை விழைவுகளால் தனியார் கனரக வாகன உற்பத்தித் துறையில் பார்த்த வேலையை உதறி, முழுநேரக் கலைஞராக மாறிய இளைஞர்.

எங்களூர் எழுத்தாள நண்பர் பல்லவி குமார் வழியாக அறிமுகமானவர் பித்தன் வெங்கட்ராஜ். இவரது 'அலையோடு கொஞ்சம் தேநீர்' ஹைகூ நூல் குறித்து டிஸ்கவரியில் நடந்த கூட்டமொன்றில் பேசியிருக்கிறேன். பித்தன் வெங்கட்ராஜின் இயக்கம், தமிழ் இலக்கியவெளியில் 'குறிப்பிடத் தக்க ஆளுமையாக மலர்வார்' எனும் நம்பிக்கையை ஏற்படுத்தியது.

கனவைத் தொடும் அவரது முயற்சிக்கு அவருடைய துணைவியும் துணை நிற்கிறார். 'வினையே ஆடவர்க்கு உயிரே' எனும் பழம் நம்பிக்கையைப் பொய்யாக்கிய சகோதரி அவர். 'நான் வேலைக்குப் போய் குடும்பத்தைக் கவனித்துக் கொள்கிறேன். உங்கள் இலட்சியத்தை நீங்கள் அடையுங்கள்!' எனக்கணவருக்குத் தோள் கொடுக்கிறார். இப்படி உள்ளம் தொடும் இலட்சியத் தம்பதிகள் தம் கனவைத் தொடமாட்டார்களா என்ன?

ஹைகூ வெளியிட்டு ஓரிரு மாதங்கள்தாம் ஆகியிருக்கும். அலைபேசியில் அழைத்தார். 'அனிச்சம் போலும் இரவுகள்' கவிதைத் தொகுப்புக் கொண்டு வருகிறேன். தமிழ்ப்பல்லவி வெளியிடுகிறார்கள். நீங்கள் முன்னுரை எழுத வேண்டும். உரிமையோடு கேட்டார்.

தமிழ்த் திரைப் பாடல்கள், ஆல்பம் பாடல்கள், பக்திப் பாடல்கள் எழுதி வருபவர். விகடகவி மின்னிதழில் இவர் எழுதும் சங்க இலக்கியங்கள் குறித்த தகவல்களைப் படித்து வியந்திருக்கிறேன். கவிதை, சிறுகதை, நாவல், இசை, திரைப்படம் எனத் தவிப்புடைய தம்பியைத் தட்டிக் கொடுத்து, வளர்க்க வேண்டிய கடமையில், இவரது அனிச்சம்போலும் இரவுகளில் பிரவேசிக்கத் தொடங்கினேன்.

'நான் தூங்கும்போது உன் கண்களை மூடிக்கொள்ளும் அளவுக்கு நெருக்கமாக இரு!' என்றெழுதினாரே பாப்லோ நெரூடா. அப்படித்தான் தம்பி பித்தன் வெங்கட்ராஜின் இரவுகளும். அன்புக்கு ஏங்கும் இரவுகள். அன்பை மீண்டும் மீண்டும் கண்விழித்து வாசிக்கும் இரவுகள். பகிர்ந்த அன்பின் கதைகளை மீண்டும் அசைபோடும் இரவுகள்.

சில வேளை இந்த இரவுகளில் *new moon* இரகசியங்களை ஒளித்து வைக்கிறது. சிலவேளை இவ்விரவுகள் மீது பூர்ணிமையின் ரேகைகள் கவிந்து, வாழ்வின் புதிர்களை விளங்க வைக்கின்றன.

'இருண்ட கண்களுக்கு/ மையெழுதிப்/ பார்ப்பதுபோல்/ எழுதுகிறேன்/ என் இரவுக் கவிதைகளை' என்கிறார் பித்தன். தூங்காமல் இரவுகளை எழுதியவர்களே உலகின் சிறந்த எழுத்தாளர்களாக, கவிஞர்களாக, கலைஞர்களாக உயர்ந்திருக்கிறார்கள்.

பித்தன் வெங்கட்ராஜ் **7**

இத்தொகுப்பின் பெரும்பான்மையான கவிதைகள், இரவைப் பற்றியவை. இரவு என்பது வெறும் பொழுது மட்டுமில்லை. அது முடிந்துபோன பகலை மீளாய்வு செய்யும் பொழுது. வரப்போகும் பகலைத் திட்டுமிடுவது. பிரிந்திருப்பவர்களைத் தூக்கமிழக்க வைப்பது இரவு, சேர்ந்திருக்கும் காதலர்களையும் தூங்க விடுவதில்லை. 'ஒன்றாக இருக்கும்போது நாம் இரவு முழுவதும் விழித்திருப்போம். நீ இல்லாதபோதும் என்னால் தூங்க முடிந்ததில்லை' என்கிறார் ரூமி. 'இந்த இரண்டு தூக்கமின்மைகளுக்காகவும் கடவுளைப் போற்றுங்கள்' என்கிறார் ரூமி.

ஷேக்ஸ்பியருக்கு இப்படித் தூங்க முடியாத இரவுகள் இருந்தன. அந்த இரவுகளே நமக்கு 'எ மிட் சம்மர் நைட்'ஸ் ட்ரீம்' படைப்பைக் கொடுத்தன. ஜான் மேஸ்ஃபீல்டின் தூங்காத இரவுகளால் நமக்கு, 'தி மிட் நைட் ஃபோக்' கிடைத்தது. 'தி நைட் இஸ் டார்க்கனிங் ரௌண்ட் மி ' கவிதைகள் அனைத்தும், எமிலி ப்ரோன்ட்டின் உறங்காத இரவுகளின் வழிப் பெற்றவை.

நித்திரை வராத பலர் மதுவிடம், மாத்திரைகளிடம், தூக்குக் கயிற்றிடம் தஞ்சமடைகிறார்கள். பித்தன் வெங்கட்ராஜ் போலக் கலையிடம் சரணடைபவர்கள் இரவுகளை அனிச்ச மலராக்கிச் சமூகத்துக்குக் கையளிக்கிறார்கள்.

இப்படித் தூங்காத இரவுகளின் விழிச்சூட்டோடு கவிதைகள் எழுதிய பாரதிக்கு இவ்வுலகம் என்ன கொடுத்தது? பசியை, வறுமையை. உலகமெங்கும் இதே நிலைதான். *Poetry has never brought me in enough money to buy shoe strings* என்கிறார் வில்லியம் வேர்ட்ஸ்வெர்த். கவிதை எழுதி ஒரு ஷூ லேஸ் கூட வாங்க முடியாது. ஆனாலும் பாரதியை, வேர்ட்ஸ்வெர்த்தை உலகம் ஞாபகம் கொள்கிறது. இதே காலத்தில், விலையுயர்ந்த காலணிகளை அணிந்த மனிதர்களால் வரலாற்றின் பாதையில் நடக்க முடிந்ததில்லை. கவிஞர்களோ தம் வெறும் பாதங்களால் சமூகத்தின் நீண்ட ஞாபகச் சுவடுகளில் இறந்த பிறகும், தூக்கத்தில் நடப்பதுபோல நடந்துகொண்டிருக்கிறார்கள்.

கவிதை எழுதுவதற்கு இப்படி ஒரு விலையைக் கொடுக்க வேண்டியிருக்கிறது. அதனால்தான் பெயரோடு சாதியைச் சேர்த்து எழுதுகிற உலகில், பெயருக்குப் பின்பாகப் பித்தன்

என்று எழுதினார் புதுமைப்பித்தன். வெங்கட்ராஜோ பெயருக்கு முன்னால் பித்தனைச் சேர்த்திருக்கிறார்.

இந்தக் கவிதைகள் பலவும் பித்தனது சொந்த ஆன்மாவின் வலியைச் சொல்பவை. ஆனாலும் இவ்வலி ஒரு சமூகத்தின் வலியாகவும் இருக்கிறது. அன்பைப் பகிர்வதில் குறைப்பட்டிருக்கிற ஒரு காலத்தின் வலி இது. ஆகவேதான், இரவின் குளிருக்கு நம்மை நேசித்தவர்களின் ஞாபகங்களைப் போர்த்தி உறங்குகிறோம்.

குறிப்பாக, இரவு என்பது ஒரு மாபெரும் தனிமைப் பருவம். 'நாம் பிரிந்த நகரங்களுக்கிடையேயான இரவுகள் ஒன்றன் பின் ஒன்றாக நம்மை இணைக்கும் இரவோடு இணைகின்றன!' என்கிறார் பாப்லோ நெரூடா. 'உன் நினைவுக் கங்குகளைக்/ கவிக்குழலூதிக்/ /குளிர்காயும் இரவும்/ இதே இரவுதான்' என்றெழுதுகிறார் பித்தன் வெங்கட்ராஜ்.

காதல் என்பதோ, மனித வாழ்வு என்பதோ, பகல் மட்டுமல்ல. இரவின் ஞாபகங்களும்தாம். பிழைப்புக்கு ஓடும் பகலில், மனிதர்களால் சொந்த ஞாபகங்களோடு வாழ முடிவதில்லை. பகலில் நம் மூளை வேறு யாரோ எழுதிய நிரலின் வழி யோசிக்கிறது. அந்த நிரலை எழுதியது அரசாங்கமாகவோ, கார்ப்ரேட் நிறுவனமாகவோ, மத நிறுவனமாகவோ இருக்கலாம். இரவில்தான் நாம் நம்முடைய சொந்த மனத்தோடு இயங்குகிறோம்.

சொந்த மூளையோடு, சொந்த உடலோடு, சிறிது நேரமாவது வாழ ஆசைப்படுபவர்கள் இரவை உறங்கித் தீர்க்க விரும்புவதில்லை. எழுதுகிறார்கள். அல்லது பகலின் புழுதிபடிந்த தம் வயலினைத் துடைத்து இசைக்கத் தொடங்குகிறார்கள். இரவு அனிச்சம்போலக் குழைய ஆரம்பிக்கிறது.

கழிந்ததோர் இரவில் ஃபிரான்ஸ் காஃப்கா, 'நான் உன்னை முத்தமிடலாமா? இந்தப் பரிதாபகரமான காகிதத்தில்? ஜன்னலைத் திறந்து இந்த இரவுக் காற்றை முத்தமிடலாமா?' பைத்தியம் பிடித்ததுபோல் சிந்தித்தார்.

'இரவை சூப் வைத்து/ அருந்தும் வழிமுறையைக்/

கற்றுத் தந்திருக்கிறாள் அவள்/ ஆனால்/ நெருப்புக்காகக் காலைவரை/ காத்திருக்கப்போகிறேன்/ என்றெழுதுகிறார் பித்தன்.

எப்படிப் பொழுது என்பது இரவாலும் பகலாலும் ஆனதோ, அப்படித்தான் இவ்வாழ்வும். இன்பத்தாலும் துன்பத்தாலும் ஆனது. அபத்தத்தாலும் அர்த்தத்தாலும் நிரம்பியது. எனில், பகல், இன்பமா? இரவு, இன்பமா? பகல், அர்த்தமா? இரவு, அபத்தமா?

என்றால், வாழ்வைத் துன்பம் என்றார் புத்தர். வாழ்வை அபத்தம் என்கிறார்கள் போஸ்ட் மாடர்னிஸ்ட்ஸ். ஆம், இந்த உண்மையை ஏற்றுக்கொள்வதற்கு நம்மை அனுமதிப்பது இரவுதான். இத்தகைய இரவுகளைத்தான் பித்தன் மீண்டும் மீண்டும் தன் கவிதைகளில் திறக்கிறார்.

பகலில் நாம் பொய் பேசுவோம். ஏனென்றால் நாம் மற்றவர்களிடம் பேசுகிறோம். இரவில் நாம் பொய் சொல்ல வேண்டியதில்லை. ஏனெனில் அப்போது நாம் நம்மோடு பேசிக்கொண்டிருப்போம். இரவில் தூங்காமல் தம் மனத்தோடு பேசுகிறவர் யார்? கவிஞர். இப்போது ழீன் காக்டோ சொல்வதைக் கேட்போம். The poet is a liar who always speaks the truth. ஆகவே கவிதைக்கு ஒருபோதும் பொய்யல்ல அழகு. உதாரணமாகப் பித்தன் எழுவதைப் பார்ப்போம். 'நேற்றிரவு/ காற்றின் கைவிரல்களுக்கு/நகம் வெட்டிவிட்டேன்/ இன்றிரவு மயிலிறகுகொண்டு/ வருடுவதுபோல்/ தழுவுகிறது/' காற்றுக்கு நகம் வெட்டிவிட்டேன் என்கிறாரே இது பொய்யா? இல்லை, உண்மை.

ஏசி மெஷின் கண்டுபிடிக்கப்படாத காலத்தில் 'ஞாயிறு போற்றுதும்' பாடிய இளங்கோ சொன்ன உண்மையின் புதிய தோற்றம். காற்றுக்கு எப்படி நகம் வளர்ந்தது? யோசித்தால் இதற்குப் பின்னால் இருக்கிற சூழலியல் உண்மைகளை அறியமுடியும். குழந்தைக்கு நகம் வெட்டிவிடுகிற தாய் போல, காற்றை மடியில் கிடத்தி நகம் வெட்டத் தெரிவதால்தான் எனக்குப் பித்தனின் கவித்துவம் பெரிதாகத் தோன்றுகிறது.

அவர் இரவையும் அன்பையும் மீண்டும் மீண்டும் எழுதுகிறார். இரவுக்குத் தாயுடைய கருப்பையின் நிறம்.

அனிச்சம்போலும் இரவுகள்

இதனால்தான், 'ஆரஞ்சுக்கும்/ கொய்யாவுக்கும்/ஒரே விதைதான்/ அதன் பெயர் அன்பு' எனச் சிந்திக்கப் பித்தனால் முடிகிறது.

'வெளுத்ததெல்லாம்/ கள்ளென்று நினைத்து' ஏமாந்துவிடும் பிள்ளை இது. வெளுத்ததெல்லாம் கள்ளா? பாலா? இது மயக்கம். நமக்கு ஞாபகம் மட்டும் போதாது. சிலவற்றை மறப்பதும் நல்லது. மறப்பதற்கு முந்தைய நிலை மயக்கம். இரவு சிலவேளை ஞாபகமாக, சிலவேளை மயக்கமாக இருக்கிறது. பிரபஞ்சம், மனிதர்கள், சிற்றுயிரிகள், மொழி, சூழல் மீது பித்துடையோர் கொள்ளும் மயக்கம், உண்மைகளை அறிவதைவிடவும் மேலானது. ஒன்றின் மீதான மயக்கம் தீவிரமடைவதே பித்து நிலை. துன்பத்திலிருந்து தப்பிக்க மயக்கம் அவசியமானது. அதனால்தான் அறுவைச் சிகிச்சையின் போது அனஸ்தீஷியா தருவது. அறுவைச் சிகிச்சையைத் துன்பமென நினைப்போமா?

கலீல் ஜிப்ரான், 'துன்பத்திலிருந்து வலிமையான ஆன்மாக்கள் தோன்றின; மிகப் பெரிய பாத்திரங்கள் வடுக்கள் கொண்டவை!' என்கிறார். வடுக்கள்தாம் ஒரு சமூகத்தின் ஞாபகங்கள். தமிழின் பாடாண்திணைக் கவிதைகள் முழுவதுமே பெரும் வடுக்களைப் பாடியவை. இதிகாசப் பாத்திரங்கள் அனைத்தும் வடுக்கள் கொண்டவை. இச்சமூகத்தின் மாபெரும் தழும்பாக, அன்பை, இரவைத் தடவிப் பார்ப்பவை பித்தன் வெங்கட்ராஜின் கவிதைகள்.

இதை மானுடக் காதல் என்றால் *cliche* வாக இருக்கும் என்பதன் பொருட்டே, இப்படி வேறு மாதிரி சொல்லிப் பார்க்க வேண்டியிருக்கிறது. ஆயிரத்தொரு இரவுகளைப் படித்து வியந்தோர் நாம். பித்தனின் ஆயிரத்து இரண்டாவது, மூன்றாவது இரவுகளையும் கண்டடைவோம்.

கரிகாலன்
திருமுதுகுன்றம்
(விருத்தாசலம்)

அல்லி போலும் கவிதைகள்!

சிறுவயதில் எல்லோரும் குளிக்கும் ஆற்றை மரத்தடியிலிருந்து வேடிக்கை பார்த்துக்கொண்டிருந்தேன். கூட்டிச் சென்றவர்கள் வற்புறுத்தியும் தண்ணீரை நெருங்கத் தயங்கினேன். தயங்கித் தயங்கி நெருங்கினேன்.

நீரில் கால்பட்ட இடத்தில் மீன்கள் தேடி வந்தன. பட்ட ஈரத்தோடு காலை வெளியே இழுத்துக்கொண்டேன். அந்த வயதில் ஏனோ நீரில் ஆடும் மீன்களைப் பார்த்து, எனக்குக் கூச்ச அச்சம்.

ஆனால், எப்போதும் ஒன்றாகவே இருக்கும் அவை என்ன பேசிக்கொள்ளும்? மீனுக்கு நீரும் – நீருக்கு மீனும், 'நன்றி... நன்றி... நன்றி' என்றுதான் அன்பு பாராட்டிக்கொண்டிருக்குமோ!

பித்தன் வெங்கட்ராஜ் அவர்களின் கவிதைக்கும் எனக்குமான உறவும் அப்படித்தான்.

> நீ வரும்போது நிச்சயமாக
> அந்தத் தனிமையைப்
> பின் வாசல் வழியாக
> அனுப்பிவிடுகிறேன்.

இந்தக் கவிதையில், காதல் பல இரவுகள் காத்திருந்த வலி.

'அனிச்சம்போலும் இரவுகள்' ... அல்லி போலும் கவிதைகள் என்று சொல்வதற்குக் காரணம், ஒவ்வொரு கவிதையும் இரவின் கண்களைப் பாடுகிறது. எல்லாக் கவிதையிலும் இரவு ஓர் அலங்காரமாக மின்னுகிறது. ஓர் இரவுப் பாடகனின் சுகமான பாட்டுப்போல் மயக்கமூட்டுகிறது.

இரவில் மலர்ந்து காலையில் குவியும் அல்லியாகப் பக்கம் பக்கமாய் வாசனை.

தன்னுள்பொங்கும்கவிதைகள்,தன்வழியேவழிய,அவற்றிற்கு வழிவிட்டு இரசிக்கும் குணம், கவிஞனுக்கு அவசியம். மொழி தன்னைத்தானே சீர் செய்துகொள்ளும். சந்தம் செய்துகொள்ளும். தானே வாக்கியப்படுத்திக்கொள்ளும். எழுதுபவன் எந்தச் சித்து வேலையும் செய்யாது அநுபவித்தால் போதும். வாசிக்கிறவனுக்கு நேர்கிற அதே இன்பம் எழுதுபவனுக்கும் வாய்க்க இதுவொன்றே வழி என்று எனக்குத் தோன்றும்.

பித்தன் வெங்கட்ராஜ் எழுதியவற்றில், வழித்தடம்போல் ஞானம் கக்கும் கவிதைகளும், ஒத்தடம்போல் காதல் முத்தமிடும் கவிதைகளும் சுரந்து நிற்கின்றன.

'நான் வீசிய தூண்டிலில்
மீன் சிக்காதபோது
அத்தூண்டிலில் சிக்கியிருப்பது
நான்தான்.'
'மழை பார்த்தல் என்பது
கண் திறந்த தியானம்.'
'கடலிலிருந்து நெய்தெடுத்த
மேகக் கம்பளிகளைப்
போர்த்திக்கொள்கிறது
குளிருக்கு அஞ்சிய வானம்.'

'உமிழ் நீர்' கவிதையின் நிறைவாக,

'இதுபோன்றே வேறு ஏதாவதொன்று
உங்களுக்குப் பிடிக்குமா என்றா கேட்கிறீர்கள்.
எனக்கு என் கவிதையும் மிகப் பிடிக்கும்'

என்ற வரிகள், அங்கேயே சில கணங்கள் நின்று சுய தரிசனம் செய்விக்கின்றன.

பித்தன் வெங்கட்ராஜ் தினம் தினம் எழுதும், வாசிக்கும், இரசிக்கும் மனவாகுகொண்ட அசாத்தியக் கவிக் கலைஞன். பழகியவர்களுக்குத் தெரியும்... அவரது மென் பார்வை, மென் குரல், மென் மனம். அவர் பகிர்ந்துகொள்ளும்

ஒவ்வொரு படைப்பும் அபூர்வம் என்று அவரிடம் சொல்லிக்கொண்டேயிருக்கிறேன். அவரோ அதையெல்லாம் பொருட்படுத்தாமல், கண்டுகொள்ளாமல், தொடர்ந்து அபூர்வங்களைப் படைத்துக்கொண்டேயிருக்கிறார்.

ஒரு வாசகனாக என்னைக் கவிதைபூர்வமாக வைத்திருக்கும் அவருக்குத் தனிப்பட்ட முறையில் நான் நன்றி சொல்லியே ஆகவேண்டும். எழுதி எழுதித் தீர்த்தாலும் எதை எழுதுகிறோம்? அன்பைத்தானே! அன்பைத் தவிர வேறெதை எழுதித் தீர்க்கமுடியும்?

பெய்து ஓய்ந்த மழையில், தென்னங்கீற்று நுனியில் சொட்டும் அந்தக் கடைசி ஒற்றை மழைத்துளி, கடக்கும்போது நெற்றியில்பட்டு, மூக்கு நுனியில் வழியும்போது, முழு மழையில் நனைந்த சுகம் சில்லிடுமே... அப்படித்தான் இத்தொகுப்பின் கடைசிக் கவிதையும்...

அப்பாவுக்குப் பிடிக்குமென்று
ஆரஞ்சு வாங்கிய அம்மாவுக்குக்
கொய்யாதான் பிடிக்கும்.
வீட்டில் இருக்கிறது
கல்யாணமான புதிதில்
அப்பா நட்டு வளர்த்த
கொய்யா மரம்.
ஆரஞ்சுக்கும் கொய்யாவுக்கும்
ஒரே விதைதான்
அதன் பெயர் அன்பு.

இதற்கெல்லாம் பாராட்டு விளக்கம் வேண்டுமா, பித்தன் வெங்கட்ராஜ்? எனக்களித்த புத்தகப் பரிசொன்றில், உங்கள் கையொப்பத்தின் முதல் வரியாக நீங்கள் எழுதியதையே நான் உங்களுக்கு எழுதுகிறேன்.

பெருகும் அன்புடன்,
என் குமார்
இயக்குநர், எழுத்தாளர்

தனிமையைச் சுட்டெரித்த
சூரியத் தழல்கள்

'சுவை புதிது பொருள் புதிது வளம் புதிது
சொற்புதிது சோதிமிக்க நவகவிதை'

என்று பாடினான் பாரதி. அவன் பாடல்களின் தளைகளில் தலையைச் சிக்கவைத்துக்கொண்டிருக்க விரும்பவில்லை. ஆகவேதான் சோதிமிகு நவகவிதைகளாகப் பல வசன கவிதைகளை அந்நாளிலேயே எழுதினான். சிந்தனையின் வேகத்தோடே மொழியின் செழுமையைத் தாளில் இறக்கிவைத்தான். அக்கினிக் குஞ்சொன்று பாடலில் அவன் ஆனந்தக் கூத்தாடுவதைத் 'தத்தரிகிட தத்தரிகிட தித்தோம்' என்று உணர்வை மொழியாக்காமல் உணர்வாகவே எழுதிச் சென்றதுபோலவே எழுதித் தொகுத்துள்ளேன் இந்த அனிச்சம்போலும் இரவுகளை, என் அனிச்சம்போலும் இரவுகளை.

இன்றிவ்விரவின் இருள்சென் றிடங்கொண்ட
தெங்குக் கொல்லோ!
நின்று விசும்பிற் பகல்போல் விரியும்
நிலாமதியே!*

என்று களவியலில் பாடுகிறார் இறையனார். வானில் நின்று பகல்போல் விரியும் நிலவே! இன்றைய இவ்விரவின் இருள் சென்றது எங்கோ? என்று வினவுகிறார் அவர். ஒளி ஓரிடத்தை நெருங்கினால் அவ்விடத்தில் அமர்ந்திருந்த இருள் போகும் தடயமில்லாமல் தொலைந்துபோகிறதல்லவா, அந்த ஒளிபோலத்தான் கவிதைகளின் வரவும். எழுதுகோலும் தாளும் சிக்கிமுக்கிகள். அவை தரும் தீப்பொறியில் விளக்கேற்றி ஒளியுண்டாக்கலாம், தீமுட்டிக் குளிர்காயலாம்,

ஏன்! பெருவனத்தையுமேகூடச் சுட்டெரிக்கலாம். இந்த என் அனிச்சம்போலும் இரவுகள் தனிமையைச் சுட்டெரித்த சூரியத் தழல்கள். இவ்வுலகில் வந்து பிறந்துவிட்ட எவர்க்கும் தனிமை என்பது உண்மையில் இல்லை. தனிமை என்பது அவரவர் மனநிலைதான் என்பேன். அதைக்கூட ஒரு கவிதையில் 'தனிமை என்னோடு இருக்கும்போது நான் எப்படித் தனிமையில் இருப்பவனாவேன்' என்று குறிப்பிட்டுள்ளேன்.

"மிகவும் கொடுமையான வறுமையென்பது யாராலும் நேசிக்கப்படாததால் உண்டாகும் தனிமை" என்றார் அன்னை தெரசா. தனிமை என்பது தவிர்க்கப்படமுடியாத நேரங்களில், தனக்குள் இருக்கும் இனிமையைத் தேடுவதாக இருக்கவேண்டும் என்பது என் கருத்து. "நீ தனியாக இருக்கும்போது ஏற்படும் உன் எண்ணங்களும், நீ செய்யும் செயல்களுமே உன் வாழ்வைத் தீர்மானிக்கின்றன" என்றார் சுவாமி விவேகானந்தர்.

ஒவ்வொரு நாளும் பிறர்க்காக ஓடியோடி ஓய்ந்தபின் எனக்காக இனாமாய்க் கிடைத்தவை இந்த இரவுகள்தாம். அவற்றையும் தூங்கித் தொலைத்துவிட்டால், எத்துணைப் பெரிய முட்டாளாக நானிருப்பேன் என்றுதான் அவ்விரவுகளையெல்லாம் எழுதியே தீர்த்துள்ளேன். ஒருசில கவிதைகளைத் தவிர மற்ற அனைத்துக் கவிதைகளும் இரவில் எழுதப்பட்டவையே. மேலும், என் எழுதுகோலைக் கட்டுப்படுத்தாமல் எழுதியவை அவை. அவற்றில் விழுந்த சொற்கள் பலவற்றில் ஈரமிருக்கலாம், காயமிருக்கலாம், குருதி கொப்புளிக்கலாம், அன்பு வழியலாம். அவை எவையும் திட்டமிட்டு உருவாக்கப்பட்டவையல்ல என்று மட்டும் என்னால் உறுதியாகச் சொல்லமுடியும்.

"என்னுள் ஒரு பெருந்தீ எரிந்துகொண்டிருக்கிறது. ஆனால், யாரும் குளிர்காய்ந்துகொள்ள என்னருகே நிற்பதில்லை. கடந்துசெல்வோர் கண்டதெல்லாம் சிறு புகையைத்தான்" என்றார் வின்சென்ட் வான்கோ. அப்படி, எந்தக் கவிதையும் எழுதியவனுக்குப் 'பெருந்தீ'தான். அதைக் கடந்துசென்றுவிடாமல் நின்று வாசிப்பவர்களே அதன் பொருண்மையை உணர்ந்திடமுடியும் என்பதுதான் உண்மை. அப்படி இந்த அனிச்சம்போலும் இரவுகள் நூலை

16 அனிச்சம்போலும் இரவுகள்

முதன்முதலில் வாசித்து, அதற்கோர் அழகான, விரிவான அணிந்துரை வழங்கியிருக்கும் அண்ணன், கவிஞர், திரு.கரிகாலன் அவர்களை என் சிரமேற்கரங்கொண்டு வணங்குகின்றேன். அவரது புலமைக்குப் பல்வேறு முகவரிகள் உண்டு. ஆயினும் அவர் புலமைக்குக் காரணம் இளமை. இளமைக்குக் காரணம் தமிழ். அவரது ஒரு கவிதையின்படியே சொல்கிறேன் அவர் ஒரு 'பேன்ட் சர்ட் போட்ட பிசிராந்தையார்'. சங்க இலக்கியத்திலிருந்து சர்வதேச அரசியல்வரை அறிந்திருப்பவர் அவர். என் மீது பெரிய நம்பிக்கைகொண்டவர், என் வளர்ச்சியில் பெருமகிழ்ச்சிகொள்பவர். அவரது ஒவ்வோர் எழுத்தையும் வியந்து போற்றுபவர்களின் நானும் ஒருவன். பலப்பல வெகுஜன இதழ்களிலும், பல்வேறு தளங்களிலும் கவிதை, கட்டுரை, சினிமா எனப் பரபரப்பாக இயங்கிவரும் சூழலிலும் எனக்காக, இந்த அனிச்சம்போலும் இரவுகளுக்காக நேரமொதுக்கி இத்தகு விரிவான, அற்புதமான அணிந்துரை வழங்கியிருக்கும் அண்ணன் திரு.கரிகாலன் அவர்களுக்கு என் உயிரார்ந்த நன்றியை உரித்தாக்குகின்றேன்.

"கற்பவர் நாள் சில" என்று ஔவை சொன்னதுபோல, எழுத்தாளர், இயக்குநர் திரு. என் குமார் அவர்களோடு நான் இதுவரை பழகிய நாள்கள் சிலதாம் என்றாலும், நாங்கள் பேச ஆரம்பித்த நாளிலிருந்து இன்றுவரை நாங்கள் பேசாதிருந்த நாள்களை விரல்விட்டு எண்ணிவிடலாம் என்று நினைக்கிறேன். எந்தவொரு படைப்பும் வாசிப்போரில்லையாயின் வீண்தான். 'எழுத்தும் எழுதுகோலும் தெய்வம்' என்ற பாரதியை வழிபடுவோரில் ஒருவரல்லவா அவர். நான் அனுப்பும் எதுவாக இருப்பினும், அதுவொரு துணுக்காயினும் அதைப் படித்துக் கருத்துரைக்கும் அவரது குணமும் குரலும் வணங்கப்பட வேண்டியவை. இத்தனைக்கும் அவர் இருப்பது திரைத்துறை. இன்குரலும், மென்மனமும், வல்லுறுதியும்கொண்டு, கவிஞர், எழுத்தாளர், திரைப்பட இயக்குநர் எனப் பன்முகங்கொண்டு பரபரப்பாக இயங்கிவரும் சூழலிலும் இந்நூலுக்கு ஒரு வாழ்த்துரை வழங்கியிருக்கும் திரு. என் குமார் அவர்களுக்கு என் உயிரார்ந்த நன்றியை உரித்தாக்குகின்றேன்.

எனது முதல் நூலை வெளியிட்ட தமிழ்ப்பல்லவி வெளியீடு

வழியாகவே இந்நூலும் வெளிவருவதில் எனக்கு மிகப்பெரிய மகிழ்ச்சி. என்மீது பெரும் அக்கறைகொண்டு, அவ்வப்போது சரியான அறிவுரைகள் வழங்கி, ஓர் அண்ணனைப்போல் என்னை வழிநடத்தும் பதிப்பாசிரியர் திரு.பல்லவிகுமார் அவர்களுக்கு என் நன்றியுரித்தாகுக. போலவே, இரவுகள்தாம் நிலவை இரசிக்கவைக்கின்றன என்பதுபோல, திரு.பழனிவேல் அவர்களின் வடிவமைப்பில்தான் இந்த 'அனிச்சம்போலும் இரவுகள்' இத்துணை அழகுடன் விளங்குகின்றது என்றால் அது மிகையன்று. அவர்க்கு என் நன்றியுரித்தாகுக.

இந்நூலை வாசிக்கும் உங்களுக்கு ஒன்று சொல்கிறேன். இந்நூல் உங்களது தனிமையான இரவுகளைத் தென்றலாய்த் தழுவும். உங்களது அன்புக்குரியவர்களின் ஏக்கத்தை உங்களிடம் சொல்லும். உங்களது தவிப்பை உங்கள் அன்புக்குரியவர்க்குக் கடத்தும். பிரிவுகள் அன்பைக் குறைத்திருந்தால் இந்நூல் அதை டாப்-அப் செய்துதரும். ஏனென்றால், இரவின் இருளும் தாயின் கருவறையிருளும் ஒன்றுதான். இரவென்பது கருவிலிருக்கும் பகல். அன்னை தந்த அன்பின் ஒளியோடு பிறந்த பகலே நீங்களும் நானும் யாவரும். நன்றியுரித்தாகுக.

பித்தன் வெங்கட்ராஜ்
09-06-2024
சென்னை-600117
(ஒரு கோடைமழையிரவு)

எது கடித்தாலும்
சுண்ணாம்பு தடவி ஆற்றிக்கொள்ளும்
கஞ்சனைப் போல்
என் கவிதைகளைத் தடவி
ஆற்றிக்கொள்கிறேன் நான்.

●

பித்தன் வெங்கட்ராஜ்

நீயற்ற பொழுதுகளில்
என் அறைக் கோப்பையில்
இரவுக்காபியை ஊற்றிக் கலக்குகிறது மின்விசிறி.
கலக்கி கலக்கி
ஆறிப்போன இரவை
அருந்த மனமில்லை.
மீண்டும் சூடுசெய்யக்
காலைவரை காத்திருக்கவேண்டும்.
அப்படிச் சூடுசெய்தாலும்
அதே ருசி வருவதில்லை.

மின்விசிறி வேண்டாத இரவில்
ஒரு காபிக் கோப்பையின்
கதகதப்பைப் போல்
உன் நெருக்கமும்,
அந்தக் காபியின் கசப்பைப்போல்
கொஞ்சம் ஊடலும் போதும்
நான் அவ்விரவைப் பருக.

●

இருண்ட கண்களுக்கு
மையெழுதிப் பார்ப்பதுபோல்
எழுதுகிறேன்
என் இரவுக் கவிதைகளை.

●

நான் வீசிய தூண்டிலில்
மீன் சிக்காதபோது
அத்தூண்டிலில் சிக்கியிருப்பது
நான்தான்.

●

ஒரு வாய்ப்புட்டி அணிவிக்கப்பட்ட
கன்றைப்போலத் தவிக்கிறேன்
உன்னை ருசிக்க நினைக்கும்போதெல்லாம்.
ஒரு கடிவாளம் பூட்டப்பட்ட
குதிரையைப்போல
உன்னை மட்டுமே காணவிரும்புகிறேன்.
கடிவாளமாகவே நீயிருந்தால் எப்படி?
ஒரு பாதரசம் அணிந்த
கண்ணாடியைப்போல
அன்பு ஊடுருவிச் சென்றுவிடாமல்
எதிரொளித்துக்கொண்டே நிற்கிறேன்.
அப்பாதரசம் உதிரும்முன்
வந்துவிடு.

●

விளக்கை அணைத்ததும்
என்னைத் தழுவிக்கொள்ளும்
இருளாகவும்,
விளக்கைப் போட்டதும்
தெறித்து ஓடும்
கரப்பான்பூச்சியாகவும்
இருக்கிறாய் நீ!
நான் விளக்காக இருக்கிறேன்.
எரிவதையும் அணைவதையும்
நீதான் முடிவுசெய்கிறாய்.
விளக்குத் தானாக எரியுமா என்ன?

●

மழை
அவளது ஆடைகளை
மேலும் அழகாக்கும்
காருகக் கலைஞன்.
அவளோ
மழையிடம்
தன்னைக்கொடுத்துவிட்டுச்
சிறுகுழந்தையாகி
விளையாடிக்கொண்டிருக்கிறாள்.
யார் சொன்னது?
அங்கே மழை பெய்கிறது என்று.
அல்ல அல்ல.
பாவிழையாய்ப்
பரவியிருக்கும்
அவள் தாவணியை
மழை
தன் ஊடுஇழைகளால்
நெய்கிறது.

●

நான் சாலையில் பயணிக்கும்போது
போக்குவரத்துச் சமிக்ஞை விளக்குகளைக்
காதலிக்கிறேன்.

முதற்காரணம்
அவை என்னைக் காத்திருக்க வைக்கின்றன.
இது போதாதா நான் அவற்றைக் காதலிக்க.

சில நேரம் நான்
சுகமாய்க் காத்திருக்கிறேன்.
சில நேரம் அவதியோடு.

மேலும்,
வண்ணங்கள் எனக்குப் பிடிக்கும்.
என்னை வழிநடத்துவது பிடிக்கும்.
அத்துமீறும்போது என்னை அதட்டுவது பிடிக்கும்.
ஓர் அவசரத்தேவையென்றால்
எனக்காக உடனே நிறம்மாறி நிற்பது
பிடிக்கும்.

இத்தனைக் காரணங்கள் போதாதா
போக்குவரத்துச் சமிக்ஞைகளை
நான் காதலிக்க.

அதனால்தானே
பக்கத்துச் சாலைகளில்
எத்தனை வண்டிகள் போனாலும்
அமைதியாய்ப் பார்த்திருக்கிறேன்
என் சமிக்ஞை வரும்வரை.

நீங்கள் நல்லவர்கள் என்று நினைப்பவர்கள்
நல்லவர்களாக இருப்பதில்லை.
தீயவர்கள் என்று நினைப்பவர்கள்
தீயவர்களாக இருப்பதில்லை.
எப்படி நீங்கள் கவிதை என்று நினைத்து எழுதுவது
கவிதையாக இருப்பதில்லையோ
அப்படித்தான் இதுவும்.
எழுதிக்கொண்டே இருந்தால்
அவற்றில் சில கவிதைகளாக இருக்கக்கூடும்.
சில நேரம் கவிதைகளாக மாறக்கூடும்,
மனிதர்களைப் போல.

●

வெளுத்ததெல்லாம்
கள்ளென்று நினைத்து
ஏமாந்துவிடுகிறேன் நான்.

●

இரவை சூப் வைத்து
அருந்தும் வழிமுறையைக்
கற்றுத் தந்திருக்கிறாள் அவள்.
ஆனால்,
நெருப்புக்காகக் காலைவரை
காத்திருக்கப்போகிறேன்.

●

"என்ன, அடிக்கடிக் காணொளியில் அழைக்கிறாய்."
என்கிறாய்
ஓர் இருள்சூழ்ந்த பாதாள அறையில்
நம் தூரத்தின் மௌனங்கள் சேகரமாகியுள்ளன.
ஒவ்வொருமுறை உன்னைக்
காணொளியில் அழைக்கும்போதும்
அதில் கொஞ்சம் ஈஸ்ட் சேர்த்துவிடுகிறாய் நீ.
அது மௌனங்களில் கலந்து
நொதிக்க ஆரம்பிக்கிறது.
இப்போதைக்கு
இப்போதைதான் தேவையெனக்கு.
தேவனே தந்தாலும் ஒயினில்
போதையில்லாமல் போகுமா?

●

நீயில்லாமல்
நான் இருளைத் தழுவிக்கொண்டு
ஓர் அறையில் கிடந்தபோது
வானில் வந்த நிலவைப்
படம் பிடித்து அனுப்பியிருந்தாய்.
அந்த நிலவைப் பார்ப்பதற்காகவே
நான் வெளியே வந்தேன்.
மேகம் வந்து நிலவை
மெல்லத் தழுவிக்கொண்டுவிட்டது.
வெட்டவெளியிலும்
இருள் பரவுகிறது இப்போது.
உடலை வருத்தினாலும்
இனிப்பையே விரும்பி உண்ணும்
சிறு குழந்தைபோல
மீண்டும் அந்த இருளையே
தழுவிக்கொள்ளப்போகிறேன்.
என்ன, அது இனிக்கப்போவதில்லை
அவ்வளவுதான்.

●

சாமத் தீவில்
திசையறியா இராக்கடலில்
தனித்தொளிரும் விளக்குக்கு
இமைச் சாமரம் வீசுகின்றேன்.
என்னிலிருந்து புறப்பட்டு
வீசிய தென்றலில்
அழகாய்த் தலையாட்டி
அவ்விளக்கு
உறங்கச் சொல்லித்
தாலாட்டுகிறது என்னை.
எனக்கு விளக்கும்
விளக்குக்கு நானும்
துணையானோம்,
இரவைக் கடக்கும்
தெப்பத்தில்.

●

வெகுநேரமாய்
நீலமாய் மாறாதிருந்த
இரு சரிகள்
ஏதோ சரியில்லை என்றன.
வெகுநேரம் கழித்து அவை
நீலம் பூசிக்கொண்டபோது
எல்லாம் சரியாயிருந்தன.

●

விளக்குத் திரியின் நுனி
சுடரை விலக்கி வைத்த இரவும்,
கிழக்கு மலைப்பசுக்களின்
மடியில் பீய்ச்சிய
ஒளிப் பால் குடித்துத்
துயில் கலைக்கும் இரவும்,
பசும்புல்வெளிகள்
குளிருக்குப் பனித்துளிகளைப்
போர்த்திக்கொண்டு
உறங்கும் இரவும்,
வானப்பெண்
வெண்ணிலாப் பொட்டுவைத்துத்
தன் தலைவனுக்காய்த்
தயாராய் இருக்கும் இரவும்,
நான்
உன் நினைவுக் கங்குகளைக்
கவிக்குழலூதிக்
குளிர்காயும் இரவும்
இதே இரவுதான்.

●

யாருக்கும் தெரியக்கூடாதென
இரகசியமாக நான் எழுதிவைத்திருந்த
என் நாட்குறிப்பைத்
திடுமென வந்து ஒரு நாளில்
படித்துவிட்டுச் சென்றுவிட்டது
மழைவெள்ளம்.
படித்ததோடு மட்டுமல்லாமல்
அழித்துவிட்டுவேறு சென்றிருக்கிறது.

ஒரு வெய்யிலில்லாத இளமாலை.
ஓர் அசுவாரசியமான புத்தகத்திற்கு
ஒரு தேநீர்த்துணை வேண்டியிருந்தது.
விரும்பும்போது கிடைப்பதில்லை
நல்ல தேநீர்.
வெய்யில் முதிர்ந்துகொண்டிருக்கிறது.
காற்றில் பனி கலக்கத் துவங்கியிருக்கிறது.
தேநீரின் சூடென்பது
முலையருந்தும் பிள்ளைக்குத்
தாய் தரும் மார்புக்கூட்டின் சூடு;
கூரையொழுகும் மழைநாளில்
தந்தை தரும் அணைப்பின் சூடு;
வருத்தத்தோடு தோள் சாய்கையில்
என்மீது விழும் நண்பனின் கண்ணீரின் சூடு;
எல்லாம் இழந்த நிலையிலும்
எனை ஏந்திக்கொள்ளும்
இணையின் மடிச்சூடு.
பனி படரும் காற்றைத்
தேநீர் வெதுவெதுப்பாக்குகிறது.
மாலை முதிர்ந்துகொண்டிருக்கிறது.

●

என் மறதிகளுக்குத் தண்டனை என்றாய்.
நான் உனக்காக நினைவில் வைத்திருந்து
செய்தவற்றையெல்லாம்
மறந்துபோயிருந்தேன்.
காலத்தின் கருணைக்
கரங்களுக்காகக் காத்திருந்தேன்.
ஓர் அமைச்சன் கைதாகும் நாளில்கூட
என்னை மன்னிக்கமாட்டாயா?
பகற்கலவியில் பங்கேற்று
என்னை மன்னி.
நான் உன்னை மன்னிப்பதாக நினைத்துக்கொள்கிறேன்.
வா, இரவுவர இன்னும் வெகுபகல் இருக்கின்றது

●

விட்மனின் புல்லின் இதழ்களில்
உறங்கிக்கொண்டிருந்தது பனி.
பனியை மட்டும் எழுப்பிவிட்டுவிட்டுப்
போய்விட்டான் சூரியன்.
சூரியன் இல்லாத பொழுதிலும்
'ளளநீ ளளநீ' என்றொரு குரல்
தொண்டை வறளக் கத்திக்கொண்டு செல்கிறது.
அது மின்னணுக் குரலாக இல்லாமலிருந்தது
வருத்தம்தான்.
மெலிதான காற்று அடர்ந்த குளிரோடு
வீசும் இக்காலையில்
கம்மங்கஞ்சியும் இராகிக் கூழும்
எதிர்பார்ப்பவனுக்கு
மேகி நூடுல்ஸ்தான் வாய்த்திருக்கிறது.
நூடுல்ஸை மூடியிருந்த மூடியிலும்
விட்மனின் புல்லின் இதழ்களில்
பூத்திருந்த பனி.

•

பனியை விலக்கச் சூரியன் எழுந்தபோது
துலக்கக் காத்திருந்த
பாத்திரங்களோடு எழுந்தேன்.
பற்கள் தேய்க்கப் பற்பசை தேடியபோது
உன் பேரோடு அலறியது
கைப்பேசி.
நீ கேட்டபடி அந்த மேம்பாலத்தின்மீது
வந்து காத்திருந்தேன்
பல்கூடத் துலக்காமல்.
வெகுநேரம் கழித்து வந்த நீ
நிற்காமல்கூட என்னைப் பார்த்துக்கொண்டே
கடந்தாய் ஏக்கப் புன்னகையோடு.
என் இதயம் துடிப்பதைவிட அதிகமாய்த்தான்
அதிர்கிறது இம்மேம்பாலம்.
நான் பல்துலக்கிவிட்டு வந்திருக்கவேண்டும்.

●

இந்நீண்ட இரவின்
நிசப்தத்தைக் கலைக்கின்றன
உன் நினைவுகள்.
ம்ம்.. இந்த
ஒழுகும் தண்ணீர்க்குழாயும்தான்.

●

அனிச்சையாய் மோந்துவிட்டேன்.
அதற்குள் குழைந்துவிட்டது
இவ்விரவு.

●

கிழியாத ரூபாய்த் தாளைக் கொடுத்துக்
கிழிந்த பயணச் சீட்டைக்
கேட்டு வாங்கிக்கொண்டேன்.
கிழிந்த பயணச் சீட்டுகள்தாம்
செல்லத்தக்கவை.
செல்லத் தக்கவை.

●

வாங்கிய பேனாக்களில்
ஒன்றைக்கூட முழுமையாக எழுதித் தீர்த்ததில்லை
முன்பெல்லாம்.
இப்பொழுது ஒவ்வொரு பேனாவையும்
முழு மையும் தீரும்வரை எழுதுகின்றேன்.
மை தீர்ந்த அந்தப் பேனாக்களுக்கு
நன்றி செலுத்திவிட்டுத்தான்
தூரப் போடுறேன்.
அப்பேனாக்கள் அவற்றின்
பிறவிக்கான காரணத்தை நிறைவு செய்தன.
நானும் அப்பேனாக்களைப் போலத்தான்
நினைவுகூரப்பட விரும்புகிறேன்

●

ஒரு மஞ்சள் புன்னகை
பூத்திருத்த சோலையில்
மகரந்தச் சொந்தங்கள்
காற்றில் வீச
மணத்தை உறிஞ்சும் நாசியை
யார் என்ன சொல்வது?
எங்கிருந்தோ வந்த
வண்ணத்துப்பூச்சியின் கால்களில்
அதே துகள்கள்.
அந்தக் கால்களை
யார் பற்றி இழுப்பது?
ஆதி ஓவியன் படைத்த நிறங்களில்
வெண்மையை வெறுத்த
குருடன் இவன்
மலரென்றும் மகரந்தமென்றும்
வண்ணத்துப் பூச்சியென்றும்
எதுசொன்னாலும்
இவனுக்கு அதன் நிறம் கறுப்புத்தான்.
மற்றபடி
மணம் என்பது என்னவென்றால்
அதுதான் மனம் என்பான்.
மலரினும் மெல்லிது காமமென்றால்
இல்லை அது வண்ணத்துப்பூச்சியின்
கால்கள் என்பான்.
இந்நோய் குணமாக என்ன வழி இவனுக்கு?

●

நான் பூஜ்ஜியத்தைத் தேடிப்
போய்க்கொண்டிருந்தபோது
வழியில் கிடைத்த எண்களையெல்லாம்
சேகரித்துக்கொண்டேவந்தேன்.
திடுமெனப் பூஜ்ஜியம் கிடைத்தமாத்திரத்தில்
என்னசெய்வதென்றே தெரியவில்லை.
அதுவரை சேகரித்த அத்தனை எண்களையும்
பூஜ்ஜியத்தில் இட்டு நிரப்பிக் கலந்துவிட்டேன்.
இப்பொழுது என்னிடம்
பூஜ்ஜியம் மட்டுமே இருக்கிறது.
அதை எத்தனைபேருக்குத் தந்தாலும்
ஓர் இம்மிகூடக் குறைவதில்லை.
இது பூஜ்ஜியம்தான்.
ஆனால்
பூஜ்ஜியம்தான் பூரணமும்.

●

நன்கு பழகிய நண்பரின்
பிணக்குகளற்ற இயல்பான பிரிவினால்
ஏற்பட்ட இடைவெளியைக்
காலம் ஒரு பிரம்மாண்டமான
மதில்சுவரையெழுப்பிப் பிரித்துவைக்கிறது.
அச்சுவர் அவர்களைப் பார்த்துக்கொள்ள
அனுமதிப்பதில்லை.
பேசிக்கொள்ள அனுமதிப்பதில்லை.
தூதனுப்ப அனுமதிப்பதில்லை.
ஒருவருக்கு மற்றொருவர் இருக்கிறாரா இல்லையா
என்பதைக்கூடத் தெரிவிப்பதில்லை.
ஒருநாள் மதில்சுவர் இடிந்தபோது
அதில் ஒருவர் இல்லாமல் போயிருந்தார் என்ற
செய்தியை
மெதுவாகக் காதில் ஓதுகிறது
காலத்தின் கருணையற்ற குரல்.
இடையில் எழுந்த சுவர் இடியாமலே இருந்திருக்கலாம்.
காலத்தின் இடைவெளியில்
இருவருமே வாழ்ந்துகொண்டேயிருந்திருப்பர்
ஒருவர் மற்றொருவரின் மனத்தில்.

●

நான் கொஞ்சம்
சிரித்துக்கொள்ளலாம் என
நினைக்கும்போதுதான்
கண்முன் வந்து
வெங்காயம் வெட்டுகிறது
காலம்.

●

'கவிதை ஒரு மாமருந்து' என்றேன்.
"அப்படியானால் கவிஞன் மருத்துவனா?"
நண்பன் கேட்டான்.
கவிஞன் ஒரு மருத்துவன் என்பதற்குமுன்
அவன் ஒரு இரசவாதி.
மொழியின் பல கூறுகளை
பல வியப்புகளை
பல தனித்துவங்களை
பல மகத்துவங்களை
பல நுண்ணுணர்வுகளை
மனித வாழ்வின் இன்ப துன்ப தியாக
அனுபவங்களோடு கலந்து
கவிதைகளை உருவாக்கும் இரசவாதி.
இறுதியாகத்தான் அவன்
மருத்துவனாக உடையணிந்து வந்து
உங்களுக்கு மருந்தெழுதித் தருகிறான்
கவிதை என்னும் பெயரில்.
வசதி என்னவென்றால்
மற்றவர்க்கு அவன் எழுதித் தரும் மருந்தே
அவனையும் குணமாக்கும் மருந்து.
மருத்துவனுக்கும் நோய் வரும்.
மருத்துவனும்தானே மருந்து எடுத்துக்கொள்கிறான்..!

●

'நானோர் இறைச்சிப்பிரியன்'
நான் புகைப்பிடிக்கச்
சூரியக்கொள்ளியை உருவுபவன்.
இரவுப் போதைக்கு
நிலாமதுவை நுகர்பவன்.
அலைகளை அதன் வடிவிலேயே கலனில் அடைத்துப்
பருகித் தாகம் தணித்துக்கொள்பவன்.
நொடியும் நில்லாக் காற்றை என்
நுரையீரலில் சிறைப் பிடிப்பவன்.
இலகுவோ பாரமோ
அந்த வானத்தையே
மகுடமாய்த் தரித்து வலம்வருபவன்.
ஆதலால், எனக்குண்டானது
ஆகப்பெரும் பசி.
அதனால்தான் இறையென்னும் இறைச்சியைத்
தேடிக்கொண்டிருக்கிறேன் பசியாற.
ஆம், இறைச்சியைத்தான் நான்
எப்போதும் விரும்புகின்றேன்.
கொஞ்சம் விலகி நில்லுங்கள்,
நான் ஒப்பனைகளைக் கவனிப்பதில்லை.

●

எழுத நினைத்து மறந்துபோய்த்
தவறவிட்ட கவிதையின்
நினைவு வரும்போதெல்லாம்
ஒரு கொலைசெய்துவிட்ட
குற்றவுணர்வும் சேர்ந்தே
வந்துவிடுகிறது.

●

ஒரேயொரு மழைத்துளி என்மேல் விழுந்தது.
அந்தக் குளிர்ச்சி என்னை மகிழவைத்தது.
ஆனால், கணநேரத்தில் வெயிலடிக்கிறது.
முன்னால் செல்பவர்
எதிர்வரும் பாலத்தின் மீதேற
இடந்திரும்புசுட்டியை இயக்கிவிட்டுப்
பின்னர் மனம் மாறியபடி
திடீரென வலப்பக்கத்தில் பாலத்தின் கீழ் செல்கிறார்.
ஒரு மகிழ்ச்சியை
முழுதாகச் சுகிப்பதற்குள்
சிறு துன்பச்செய்தி வந்து முன்நிற்கிறது.
இப்படி
எத்தனை குழப்பங்கள்
எத்தனை கலக்கங்கள்
எத்தனை எதிர்பார்ப்புகள்
எத்தனை ஏமாற்றங்கள்.
அன்பே, நினைவிருக்கிறதா?
இன்றுதான் நீ எனக்கு ஒரு முத்தம் தருவதாகக்
கூறியிருந்தாய்.
இன்றுதான் நீ வந்து என்னை அணைத்துக்கொள்வதாய்க்
கூறியிருந்தாய்.
இன்றுதான் என் தலையை உன் மடியில் சாய்த்துத்
தலைகோதி விடுவதாகக் கூறியிருந்தாய்.

குழப்பமான, கலக்கமான,
ஏமாற்றமான இந்த நாளில்
அந்த முத்தத்தை நீ 'என்வினவி'ச் செயலியில்
ஒரு சிரிப்பானாக அனுப்பிவிடமுடியும்.
அணைப்பையும் அவ்வாறே ஓர் ஒட்டுப்படமாக
அனுப்பிவிடக்கூடும்.
ஆனால், தலைகோதலுக்கு 'மதிப்பெண்ணார்'
இதுவரை ஒரு சிரிப்பானை அறிமுகம்
செய்துவிடவில்லை
என்பது மட்டுமே என் ஒரே நம்பிக்கையாக இருக்கிறது.

●

இன்னும் நீ வரவில்லை.
இந்த இரவில்
நான் தனியாகத்தான் இருக்கிறேன்.
ஆனால், தனிமையில் இல்லை.
ஆம், நான் தனிமையில் இல்லை,
தனிமையோடு இருக்கிறேன்.
தனிமையோடு இருக்கும்போது
அது எப்படித் தனிமையில் இருப்பதாகும்.
உன் இடத்தில் இப்போது
தனிமைதான் இருக்கிறது.
கவலைப்படாதே!
நீ வரும்போது நிச்சயமாக
அந்தத் தனிமையைப்
பின்வாசல் வழியாக அனுப்பிவிடுவேன்.
அது வந்துபோனதற்கான தடயமே இல்லாமல்
அழித்துவிடுவேன்.
என் அன்பு முழுமையும் உனக்கு மட்டும்தான் அன்பே!

●

இன்று நான் வரத் தாமதமாகும்,
நான் வரும் வரை நீ காத்திருப்பாயா? என்றாய்.
காத்திருப்பது என்பது
சிலநேரங்களில் காயமடைவது.
காத்திருப்பது என்பது
சிலநேரங்களில் குணமடைவது.
காத்திருப்பது என்பது
சிலநேரங்களில் காதலைக் கூட்டுவது.
காத்திருப்பது என்பது
சிலநேரங்களில் வெறுப்பைக் கூட்டுவது.
நான் காயமடைவேனா?
குணமடைவேனா?
எனக்குக் காதல் கூடுமா?
வெறுப்புக் கூடுமா? தெரியவில்லை.
சரி, இப்போது எதற்கந்தக் கவலை.
நீ வரும்போது நான் இருந்தால்
அதைப்பற்றிப் பேசிக்கொள்ளலாம்.
வா, இப்போதைக்கு நான்
காத்துக்கொண்டுதான் இருக்கிறேன்.

●

எனக்குக்
கடலென்பதோர்
ஆகப்பெரும் மதுக்கோப்பை.
நுரைதளும்பத் திறந்திருக்கிறது.
வானத்தைக் கலந்து
நீலமாக்கிச் சிரிக்கிறது.
என்னை அதனிடம்
ஒப்புக்கொடுக்கும்போது
என்னை நனைக்கிறது.
உள்ளுக்குள் இருக்கும்
பேரிரைச்சலைத்
தன் அலையோசையில்
கரைக்கிறது.
அமைதியை விரும்பும்போதெல்லாம்
நான் கடலை நோக்கியே
வருகிறேன்.
அக்கடலை என்னுள்
கலவையற்று
ஊற்றிக்கொள்கிறேன்,
கவலையற்றுப் போக.

இப்படி
வெய்யிலும் இல்லாமல்
மழையும் இல்லாமல்
வானம் மயங்கியிருக்கும்
இந்தப் பருவ காலத்தில்தான்
யாரையேனும் கொலை செய்யவேண்டும்போல்
இருக்கிறது எனக்கு.
யாரைத் தேடிச் செல்வேன்
கொலைசெய்ய.
என்னைத் தவிர
வேறு யாரைத் தெரியும் எனக்கு.
என்னையேதான் கொல்கிறேன்.
நானே கொலையாளி
நானே கொலையுண்டவன்
இதோ மயங்கிக்கொண்டிருக்கும்
இவ்வானமே சாட்சி.

●

வெய்யிலும் இல்லாமல்
மழையும் இல்லாமல்
மயங்கிக் கிடந்த அதே வானம்தான் இன்றும்.
இன்று யாரையும் எனக்குக்
கொலைசெய்யத் தோன்றவில்லை.
மாறாக, கொஞ்சம் பயமாயிருக்கிறது.
யார் கையையேனும் இறுகப் பற்றிக்கொள்ளத்
தோன்றுகிறது.
யாரையேனும் அணைத்துக்கொள்ளத்
தோன்றுகிறது.
ஒருவேளை இன்று வேறுயாருக்கேனும் யாரையாவது
கொலைசெய்யவேண்டும்
என்று தோன்றுகிறதோ என்னவோ!

●

நீ ஆசையாய்ப் பரிசளித்த
மோதிரம் ஒன்று
ஒருநாள் கைதவறிக்
கிணற்றில் விழுந்துவிட்டது.
கிணற்றின் உரிமையாளரிடம் போய்க்கேட்டேன்.
என்றாவது தண்ணீர் வறண்டுபோனால்
அதை எடுத்துத் தந்துவிடுவதாக வாக்குறுதியளித்தார்
அவர்.
நீர்வளம் வற்றும் நாளில்தான்
உன் பரிசு எனக்குக் கிடைக்குமா?
சரிதான்,
ஈரமற்றுப் போகும் நாளில்தான்
மனம் ஓர் அன்புக்கு ஏங்குகின்றது.
ஏனென்றால் அதற்கு அப்போது
அன்புதான் தேவையாயிருக்கிறது.

●

நீ வசிக்காத ஒரு தெருவுக்கு
ஏன் உன் பெயரை
வைத்திருக்கிறார்கள்...
வேறெதற்கு?
உன்னை நினைவூட்டி
என்னை வதைப்பதற்குத்தான்.

இல்லாவிட்டால்
என் நினைவுகள் இல்லாமலா
இருந்துவிடுவாய் என்று
கேட்கிறாயா?

மூச்சு அடைக்கும்போதுதானே
அதுவரை
மூச்சுவிட்டுக்கொண்டிருந்ததை
உணர்கிறோம்.

●

என் இதயம் வலிக்கும்போதெல்லாம்
அவ்வலியைத் தந்தவரால்
'நான் இதயமற்றவன்'
என்று பெயர்சூட்டப்படுகிறேன்.
எத்தனை அருமையான சிகிச்சை இது.
வலிக்கும் பாகத்தையே நீக்கிவிட்டால்
பிறகு எப்படி அது வலிக்கும்.

●

இம்மாபெரும் பூமியில்
மீச்சிறு உடல் என்னுடையது.
இப்போது கொஞ்சம்
அசதியாகத்தான் இருக்கிறது அது.
இரு கைகள் இருக்கின்றன அதற்கு.
இருமடங்காக வலிக்கின்றன அவை.
இரு கால்கள் இருக்கின்றன அதற்கு.
இருமடங்காக வலிக்கின்றன அவை.
ஒரு தலைதான் இருக்கின்றது அதற்கு.
பிறகு ஏன் பன்மடங்காக வலிக்கிறது அது?

●

இந்த மழை எனக்கு
ஒன்றைத்தான்
ஞாபகப்படுத்தியது.
இதே மழைதான்
அந்த ஒன்றை
மறக்கவும் செய்தது.
மழை ஒரு திரவ போதி.
மழை பார்த்தல் என்பது
கண்திறந்த தியானம்.

●

பித்தன் வெங்கட்ராஜ்

இரவு ஒரு மதில்.
இப்பொழுது அதன்மேல்தான்
நின்றுகொண்டிருக்கிறேன்.
ஒருபக்கம் நினைவுகள்
ஒருபக்கம் கடமைகள்.
கனவுகளோடு தவியாய்த் தவிக்கும்
பூனை நான்.
நின்றிருப்பது மதில்சுவர்தான்,
குட்டிச் சுவர் இல்லை
என்பதுதான் ஆறுதலும்
பெருமையும்.

●

கட்டிப்பிடித்துக்
கலவிகொள்ளத்தான் ஆசை.
அதற்குமுன் கொஞ்சம்
கைகோத்து, தோளுரசி
வாய்மூடி, கண்பேசி
காலார நடக்கிறேன்
இவ்விரவோடு.

●

பகலுக்கு ஆயிரம் கரங்களாம்.
இரவுக்கு ஏனோ
இரு கரங்கள்கூட இல்லை.
யார் என்னை அணைத்துக்கொள்வது?
நான்தான் அணைத்துக்கொள்கிறேன்
இவ்விரவை.
இரவுக்கு ஆயிரம் கண்களாம்.
யார் கேட்டார்?
கண்களை மூடி நான் தூங்குவதைக்
கண்கொட்டாமல் பார்த்திருக்கிறது
இரவு.
எப்படி வருமெனக்குத் தூக்கம்?
பகலுக்கு ஆயிரம் வண்ணங்களாம்.
இரவுக்கு ஏனோ ஒன்றுதான்.
என் தூங்கா இரவுகளில்
அவ்விரவுகளுக்கு வண்ணமடிப்பதே
வேலையெனக்கு.

●

பனி உடுத்திய அதிகாலை
திடுக்கிட்டெழுந்த உடற்கூட்டில்
ஆவியான தூக்கம்
அரைகுறைக் கனவுகளைச்
சுவையாய்ப் பரிமாறுகிறது
அறையின் நிறம்மாறும் ஒளியோடு.
யார் முகத்தில் அறைந்துவந்த
குளிர்த்தென்றலோ
என் ஜன்னலில் காத்திருக்கிறது.
எழுந்துபோய்த் திறந்த கணம்
என் கன்னத்தைத் தழுவுகிறது.
யாரோ யாருக்கோ அனுப்பிய ஒளித்தூது
என் கண்களில் மின்னி
மூளையில் பதிந்தது.
தனிமச் சாயலில்
இசைபரப்பி எழுந்த இச்சேர்ம
அதிகாலைக்கு மட்டுமேன்
அற்ப ஆயுள்?

●

பரிதாபம் படிந்த இரவு.
கனிந்த மேகங்கள் கூட்டும் வாதை
காதலால் வந்து உதிர்ந்தது
கடந்த நாள்களைப் போலவே.
கண்களில் அமர்ந்தது கனமான காமம்.
உடலுக்குள் புதைந்துகொண்டன ஆயிரம் பூக்கள்.
தேவதூதின் நற்செய்தியில்
இதமாய்ப் பெய்கிறது புனிதமழை.
ஞாபகப் பூச்சிகளின் ஓயாத ரீங்காரம்,
உடைந்து அழும் மேகங்களின்
சடசடக்கும் ஆரவாரம் என
எங்கும் துளிர்க்கிறது
காலத்தின் இலேசான குளிர்.

●

இந்த இரவின் மத்தகத்தில்
முட்டி மோதுகிறேன்
பலமாக.
அங்குசத்தினால் குத்துகிறேன்
மெதுவாக.
பாகன் மொழியில் பேசுகிறேன்
அழுத்தமாக.
பணியவேயில்லை.
பரியதும் கூர்ங்கோட்டதுமாக நிற்கிறது,
தன் ஒற்றைப் பிறைத் தந்தத்தினைக்
காட்டிப் பிளிறுகிறது.
என் தூக்கமென்பது சோளப்பொரிதான்
அதற்கு.

●

இதயத்தில்
கனம் கூடும்போதெல்லாம்
சொற்களுக்குச்
சிறகு முளைக்கிறது.

●

தனிமையின் சாபக் கயிறு
என் தலைக்குமேல்
தொங்குகின்றது.
என் இரவுப் பூட்டைத்
திரவச் சாவிகொண்டே
திறக்கின்றது காலம்.
அகாலத்தின் ஞாபகத்தில்
சன்னதம் ஆடுகின்றன
துர்க்கனவுகள்.
விலைப் பாடகியோடு
பிழைச் சந்திரன் வாசிக்கிறான்
வீச்ச மெட்டு.
ஈரத்தில் தோய்ந்த விழிகளில்
பாரமாய் இறங்குகிறது
பாவத்தின் துயர மொட்டு.
உவமைப் பூக்களைச் சூடி
மறைக்கின்றேன்
என் அம்மணத்தை.

●

பித்தன் வெங்கட்ராஜ்

சிறகுகள் இல்லை.
வெள்ளை வால் முளைத்துப்
பறக்கிறோம்
அன்றன்றைக்கான இரைதேடி.

●

கனமாய்க் கவிந்திருக்கும்
தேவ தனிமையின் அழுத்தம்
வரமா சாபமா
என்று கேட்டபோது
எழுந்த அசரீரியின் கூற்றில்
தனிமையின் மௌனம்
அசுர இரைச்சலில் அமிழ்ந்து
இலகுவாய் மிதந்தது இரவில்.

●

தொடக்கமும் முடிவும்
தெளிவாகத் தெரியாத
என் கனவின்
மெல்லிய இழையில்
உப்புக்கண்டங்களாய்த்
தொங்குகின்றன
உன் நினைவுகள்!

●

கலங்கி ஓடும் சன்னமான இரவு.
என் காதைப் பொருத்திக் கேட்கிறேன்
அந்தச் சலசலப்பு ஓசையை.
கண்கள் கூட டைய மறுத்துக்
காத்திருக்கின்றன
ஒளிப்பிரவாகத்தை நோக்கி.
மூச்சுக்கு என்ன மனம்?
மணத்தையும் சுமந்து வந்து தருகிறது.
சுவைக்கக் கொஞ்சமாய் அள்ளினேன்
என் இரு கைகளால்.
கலங்கி ஓடிய இரவு
தெளிந்திருக்கிறது என் கைகளில்.

●

சங்கச் சொற்களையுடுத்திவந்த
நவீன கவிதை நீ!
நான் பொருள்தேடிப் புரட்டிய அகராதிகளில்
அச்சொற்களுக்குப்
பல பொருள்கள் இருந்தன.
ஆனால்,
"எல்லாவற்றுக்கும்
ஓர் இறைச்சிப் பொருள்தான்.
சொற்களில் சிக்கிக் கிடக்கும்
உன் பார்வையை மாற்று,
சொற்களைக் களை" என்று நீ
சொன்னபோதுதான் புரிந்தது
நவீன கவிதை.

●

சிறு நிலவுத்துண்டைக்
கடித்துக்கொண்டுதான்
எப்பொழுதும் குடிப்பேன்
இந்த இரவை.
இரவைக் காட்டிலும்
நிலவையே அதிகம் எடுத்துக்கொள்வேன்.
நிலவு இல்லாத நாள்களில்
நான் பட்டினி கிடப்பேன்.
நிலவிருக்கும் நாளாயிருப்பினும்
இரவை முழுதாய் அருந்தியது இல்லை.
குயிலொன்று வந்துதான் குடிக்கும்
மீதமிருக்கும் இரவை.
ஆனால், நிலவு மட்டும்
எப்போதும் என் கையில்.

●

பூக்களை நேசியுங்கள்.
அவை ஒருபோதும்
உங்களைக் காயப்படுத்துவதில்லை.

●

என் நுரையீரலில்
நிரம்பும் காற்றில்
எவனோ ஒருவன்
இழுத்துவிட்ட புகை.
நான் அதை வெளியேற்றியபோது
அஃது, இன்னொருவன் நுரையீரலைத் தேடிப்போனது.
யாரால் முடியும்
யாரும் சுவாசிக்காத காற்றைச்
சுவாசிக்க!?

●

போதி நிழலில் புத்தன் உறங்கினாலும்
அது தியானம்தான் என்பது
ஒரு டைலம்மா.
பாதி உறக்கத்தில் அவன்
உளறுவதெல்லாம் போதனை என்பது
அதைவிடப் பெரிய டைலம்மா.

●

இரவு விடியுமென்று நினைத்தாலும்,
இரவாய்த்தான் விடிகின்றன
சில பொழுதுகள்.

●

பறக்கும் முத்தமென்பது
அன்பிற்கு றெக்கை கட்டிவிடுவது.
பறக்கும் முத்தமென்பது
காற்றின் ஈரத்தைக் கூட்டுவது.
பறக்கும் முத்தமென்பது
பூவொன்று பட்டாம்பூச்சிக்குத் தருவது.
பறக்கும் முத்தமென்பது
இதயத்தில் ஊற்றெடுத்து
இதழ்களில் வெளிப்பட்டு
நேரடியாக இதயத்தைத் தொடுவது.
பறக்கும் முத்தமென்பது
காமத்தைக் கழித்த காதலைச்
சுமந்திருப்பது.
பறக்கும் முத்தமென்பது
கருவிலிருக்கும் பிள்ளைக்குக்
கருச்சுமப்பவள் அனுப்பவது.

●

வெளிச்சத்தில்
என் காலடியில்
கிடக்கும் நிழல்தான்
இருளில்
எங்கெங்கும் வியாபித்திருக்கிறது.
அவ்விருளில்
நானென்பதும்
என் நிழலே!

●

வழக்கமாக வரும் பாதை.
வழக்கமான நேரமும்தான்.
வழக்கம்போல லிஃப்ட் கேட்டுக்
கை நீட்டும் அந்தச் சிறுவன்
இன்று வரவில்லை.
அவனுக்குப் பதில்
என்னைப் பின்னிருக்கையில் அமர்த்தி
ஓட்டிக்கொண்டுவந்து வீடுசேர்ந்தேன்.
அடடா!
வழக்கமாக அவனை இறக்கிவிடும் இடத்தில்
என்னை இறக்கிவிட்டுவிட மறந்துவிட்டேனே!...
'பரவாயில்லை...
இதுவொன்றும் புதிதல்ல.
அடிக்கடி நடப்பதுதானே'
என்றது பின்னிருக்கையில்
இருக்கும் 'நான்'.

●

எப்பொழுதும்
மூடிதிறந்தே கிடக்கும்
என் பேனாவைப்போல்
திறந்தே கிடக்கிறது
வானம்.
எப்பொழுதும்
எதையாவது
உதிர்த்துக்கொண்டேயிருக்கும்
என் எண்ணத்தைப்போல்
தூறிக்கொண்டே இருக்கிறது
மேகம்.
நனைந்து நனைந்து
குளிர்ந்து கிடக்கட்டும்
நாடு.

●

தடம் எண்களற்ற
இருப்பூர்தியில்
பெயரற்ற பயணி இவன்.
நடைமேடைகளுக்காகக்
காத்திருப்பதில்லை.

●

பூட்டுகளோடு
சேர்ந்தே இருக்கவே
படைக்கப்படவில்லை
சாவிகள்!.

●

உடலுக்குள் உயிர் பூட்டிவைக்கப்பட்டுள்ளதா?
மனிதா!
உடலென்பதே ஒரு பூட்டுதான்.
கள்ளச் சாவியினாலும்
திறக்கும் அற்பப் பூட்டு.
நல்ல சாவியோ
கள்ளச் சாவியோ
அது பூட்டுக்குத் தெரியாது.
ஆனால்,
பூட்டப்பட்ட பூட்டுதான்
உயிருள்ள பூட்டு.
பூட்டப்படும்வரை
பூட்டின் உயிர்
சாவியில்தான் இருக்கிறது.

●

நேற்றிரவு
காற்றின் கைவிரல்களுக்கு
நகம் வெட்டிவிட்டேன்.
இன்றிரவு மயிலிறகுகொண்டு
வருடுவதுபோல்
தழுவுகிறது.

●

கண்ணீர் விழுந்து சிதறும்
கணப்பொழுதில்
கண்ணீரின் ஒருதுளியில்
அவள் முகம்தெரிய
அடுத்த துளிக் கண்ணீர்
அரும்பவில்லை.
நீர்த்திரை விலகிய
அந்தக் கண்களில்
ஓர் ஆனந்த நாடகம்.
ஒத்திகையற்ற
ஓரங்க நாடகம்.

●

கண்ணீர்த்துளிகளின் எடையைக்
கன்னங்கள்கூடத்
தாங்கி நிற்கத்
தயாராக இருப்பதில்லை.
அழாதே!

கண்ணீரைக் கழற்றிவை.
கண்ணீருக்கு வண்ணமடி.
கண்ணீரில் கவிதையெழுது.
ஏனென்றால்
கண்ணீரெழுத்தென்பது
அழியாக் கல்லெழுத்து.

கலங்காதே!
காலப் பேனா எப்போதும்
தயாராகவே இருக்கிறது.

●

தைமூர் வந்துசென்றபின் இருந்த
டெல்லிபோல இருக்கிறது
நீ போனபின் நம் வீடு.
கழற்றிப்போட்ட துணிகளில் இருந்து
கசக்கிப்போட்ட துணிகள்வரை
அப்படியேதான் கிடக்கின்றன.
தரையைத் தழுவிக்கிடக்கின்றன
தூசிகளும் குப்பைகளும்.
சமையலறையில்
அடுப்பங்கரையும் அஞ்சறைப்பெட்டியும்
ஓய்வெடுக்கின்றன.
நாம் அமரும் நாற்காலிகள்
என்னைமட்டுமாய் ஏற்றுக்கொள்ள
மறுக்கின்றன.
நம் வீட்டுக் கண்ணாடிக்குக்
காய்ச்சல் வந்துவிட்டது.
அலமாரி தன்னை யாரோ
நாடுகடத்திவிட்டதாய்
எண்ணிக்கொண்டது.
கள்ளி முளைத்திருக்கிறது கட்டிலில்.

இவையத்தனைக்கும்
ஒரே விடியல் உன் வரவு.

இதற்குமேலும் என்னிடமில்லை
என் நிலையை விளக்கும் தரவு.
வா! வந்து நம் வீட்டை
வசந்தமாக்கு அன்பே!

●

அன்பின் பெருவெளியெங்கும்
அகங்குழைந்த மௌனச் சொற்கள்.
வருடிய மௌனத்தின் சொவ்வையான
இறகுகள் தந்தன சிறகுகள்.

அன்பின் பெருவெளியெங்கும்
வியாபித்திருக்கிறது
விரித்த சிறகு அசைத்த
பிரபஞ்ச அதிர்வு.
அலையின் அதிர்வெண்
அதிகரித்த வாக்கில்
ஞாலத்தில் அக்கக்காய் ஓர் உதிர்வு.

சின்ன உள்ள ஞாலத்தில்
வன்னமுள்ள ஞானம்
வரைந்தது தூரிகையான
ஓர் அர்த்தமுள்ள இறகு.
இதழ் உதிர்த்த சொற்களில்
தனித்து நிற்கும் மௌனம்
அன்பு ஆவியான பிறகு.

●

எனக்கும் உனக்கும்
இடையே இருக்கும்
பல மைல் தொலைவைச்
சலசலக்க ஓடும்
நம் நினைவு நதியின்மேல் கட்டப்பட்டுள்ள
இந்த இரவுப்பாலம்தான் இணைக்கிறது.

பாலத்தின்மீது ஒளியை உதிர்த்துப்
பயணத்தை எளிதாக்கும்
அந்த அணில் நிலவுக்கு
என் மூன்று முத்தங்கள்.

இரவைக் கடந்து
நாம் சேர்ந்த இடத்தில்
முளைத்த முளரி மலர்கிறது.
பனித்துளி பெய்து ஆசிவழங்குகிறது
இரவாய் வேடமணிந்த வானம்.

●

பித்தன் வெங்கட்ராஜ்

நாள்தோறும்
காற்றில்
உறையூற்றிவிட்டுப் படுப்பேன்.
அன்றொரு நாள்
காலையில் அது புளித்திருந்தது.

நினைவூற்றிக் கடைந்தேன்
என் வயோதிக மத்தால்.
தெளிந்து பிரிந்தன
ஆசையும் அனுபவமும்.

ஆசையைக் குடித்துவிட்டு
அனுபவத்தை உருக்கி
ஜாடியில் வைத்திருக்கிறேன்.

வேண்டுமானால்
எடுத்துக்கொள்ளுங்கள்.
விலை
இரண்டோர் அன்புச் சொற்கள்தாம்.

●

தாள்தோய் தடக்கை இல்லை.
கையில் ஊமன்தான்.
ஆனாலும்,
உன் இதயத்தைத் தொட ஆசைப்படுகிறேன்.
உன் உதவியில்லாமல் அது நடவாது.
என் இதயத்தை நீ தொட
ஏதுவாய்த் திறந்தே இருக்கிறது
என் நெஞ்சம்.

●

நான் சொல்லவந்ததை
இன்னும் சொல்லிவிடவில்லை
என்று தோன்றுகிறது.
சொல்லும்வரை
நான் விடப்போவதில்லை
என்னை.

●

என் வசந்தத்திற்குத்
திறப்புவிழா நடத்துகிறது
உன் வாசம்.
கொழுந்துவிடும்
குருத்திலைகளின்
உரோமங்களில்
உன் மென்மை.
மிதமான சூரியனில் இருப்பது
உன் கண்களின் பிரதி.
உன்னை என் வசந்தம் எனாமல்
வேறெப்படிச் சொல்வது.

●

பரந்த புல்வெளியில்
ஆயிரமாயிரம் புல்நுனிகள்.
பனித்துளியைத் தாங்கும்
அந்த ஒரு புல்லின்நுனியில்
உலகத்து அழகெலாம்
நிறைந்திருக்கிறது.
நான் புல்லாகிறேன்
நீ பனியாகிடு.

●

வலசை போன
பறவையின் நிழல்
படுத்திருக்கிறது என்னருகே.
பறவை திரும்பிவந்து
என்னை எடுத்துச்செல்லக்
காத்திருக்கிறேன்.

●

அவளை நான் கண்டுகொள்ள
அவளது கண்ணாடி தேவைப்பட்டது.
இருப்பது ஒரே கண்ணாடி
அவ்வப்போது தந்துதவினால்
நல்லது.
தரமாட்டேன் என அடம்பிடித்தால்
என் பாடு திண்டாட்டம்தான்.

●

என்னிடம் ஒரு பழம் உள்ளது.
அதை உங்களுக்குத்
தரும் நேரம் வரும்போது
அதன் ஒரு பகுதி அழுகிவிட்டது.
அப்பகுதியை வெட்டிவிட்டுத் தர
மனமில்லை எனக்கு.
முழுதாய்த் தரவே விரும்புகிறேன்.
பெற்றுக்கொள்ளுங்கள்
நீங்கள் அப்பகுதியை வெட்டிவிட்டு
உண்பதற்குத் தயாராக இருந்தால்.

உன் வலி
என் வாதையைக் கூட்டுகிறது.
உன் கண்ணீர்
என் நிம்மதியை அடித்துச் செல்கிறது.
உன் சொற்கள்
உன் வலிக்கும் கண்ணீருக்கும்
வடிகாலாய் இருப்பதாயிருந்தால்
சரி.
உன் மௌனம்தான்
என் கழுத்தை நெறிக்கிறது.

●

உன் அழகுக்கு
ஓர் உவமை சொன்னேன்
உருட்டு என்றாய்.

உன் உருவத்திற்கு
ஓர் உருவகம் சொன்னேன்.
உருட்டு உருட்டு என்றாய்.

என்ன உருட்டு உருட்டு
என்று கேலி செய்கிறாய்.
உருட்டென்றால் அவ்வளவு எளிதா?
பூமியின் உருட்டுத்தான்
பகலும் இரவும் என்றேன்.

இத்தனை நாள் எங்கேடா இருந்தாய்?
என்றாய்.

இத்தனை இரவுகள் எங்கே இருந்தாய்
என்று கேட்கமாட்டாயா?
என்கிறேன் நான்.

●

பித்தன் வெங்கட்ராஜ்

ஒரு காலிழந்த
சிறுவனைப் பார்த்தேன்.
முதலில் அவன்
ஒரு காலால் நடக்கிறான்
என்றுதான் எண்ணினேன்.
பின்புதான் தெரிந்தது
அவனது இன்னொரு கால்
காற்று என்று.
காற்றுக்குக் கால் என்பதும்
ஒரு பெயர்.

●

என் கடவுச்சீட்டின்
எல்லாப் பக்கங்களும்
தீர்ந்தபின்புதான்
என்னைச் சொர்க்கத்திற்கு
வரச்சொல்லி அழைப்பு வந்தது.

அன்றே சொன்னார் சாலமன்
கூடுதல் பக்கங்களுள்ள
கடவுச்சீட்டை வாங்கு என்று.

என்ன இது முட்டாள்தனம்.
பக்கங்கள் தீர்ந்தபின்புதான்
சொர்க்கத்திற்கு அழைப்பு
வருமாமே!

●

இரண்டு மூன்று
இன்பச் சவுக்கடிகள்
வாங்கிவந்தேன்.

கட்டப்பட்ட கைகளுக்குள்
மறைத்துத்தான் வைத்திருந்தேன்
அவற்றை.

கைகளை அவிழ்த்தபோது
தவறிவிழுந்துவிட்டன அவை.

தவறி விழுந்தவற்றைத்
தேடி எடுத்தவருக்கு
அது இன்பம்தானா தெரியவில்லை.

அவர் எனக்குத்
திருப்பித்தரவும் இல்லை.

●

நாக்கை மடித்து
விரல்கள் பொருத்தி
சீழ்க்கையடிக்கப் பழகவில்லை.
உதடுகள் குவித்து
வெளிமூச்சுவிட்டு
ஒலியெழுப்பப் பழகியிருந்தேன்.
புல்லாங்குழலொன்று
எதிர்பாராமல் என் கைக்குக் கிடைத்தது.
ஊதி ஊதிப்பார்த்துத் தோற்றேன்
சத்தமே வரவில்லை.
தூரத்திலிருந்து பார்ப்பவருக்கு
நான் கரும்பு தின்னும் தோற்றம்.
ஊதுபுழை அடைத்துக்கொண்ட
அந்தப் புல்லாங்குழலை
என் உதடுகளோடு பொருத்தி
அப்படியே சிலையாகிவிட்டேன்.
என்னைப்போலவே ஒருவன்
என்முன் அமர்ந்து
புல்லாங்குழல் வாசிக்கிறான்.
என்னைத் தவிர
யாருக்கும் கேட்கவில்லை
அவன் குழலோசை.

●

பித்தன் வெங்கட்ராஜ்

இந்த ஓர் இரவு
கரையத்தான் காத்திருந்தேன்.
கனவுகள் என்னைத்
துரத்திக்கொண்டுள்ளன.
தூரத்து மின்மினியைத்
தொடுவதற்கு அணியமாகிவிட்டேன்.
இப்பயணத்திற்காக நான்
பணயமாய் வைத்திருப்பது
என்னவோ என்னைத்தான்.
அதனால், வழிச்செலவுக்குச்
செலவழிக்க என்னிடம் ஏதுமில்லை.
ஆனால், நான் செல வழி உண்டு
என்பதை மட்டும் அறிந்திருக்கிறேன்.
தெருவிளக்கினொளியில்
இப்போது நான் நின்றுகொண்டிருக்கிறேன்.
அத்தெருவிளக்கு வழித்துணையாய்க்
கூடவே வரப்போவதில்லை
என்பதையும் அறிவேன்.
நடுங்கும் குளிரில் நெடும்பயணம்தான்.
அகலாது அணுகாது கைப்பற்றியுள்ளேன்
எனக்கான தழலை.
காற்றுக்கேற்றபடி நடனமாடி
என் வழித்துணையாய்
விழிக்கும் உயிர்க்கும் உற்ற தோழனாய்
விளங்கும் ஒரு பெருவிளக்கது
என்னோடு இருக்கும் துணிவில்
தொடர்கிறது என் பயணம்.

பச்சையம் செரித்ததும்
சூரியனைப் பார்க்க மறுக்கும்
பழுத்த இலையொன்று
என் தோள்மீது விழுந்தது.
பாரமொன்றுமில்லை.
ஆயினும் ஒரு நெருடல்
தாங்கமுடியாமல் தவித்தேன்.
ஒருகட்டத்தில் இதற்குமேல்
முடியாதெனத் தொட்டுத் தட்டி
உதறிவிட்டேன்.
விழுந்த இலை
அங்கே கிடந்த
காய்ந்த சருகுகளைச் சந்தித்துக்
கைக்குலுக்கிக்கொண்டிருந்தது.

●

பித்தன் வெங்கட்ராஜ்

சுள்ளெனச் சுடுகிறது நிலவு.
நள்ளெனப் படர்ந்திருக்கிறது
யாமம்.
முள்ளெனக் காலில்
முந்தைய நாளின் சொப்பனங்கள்.
சில்லென அச்சொப்பனங்களின்
சிறுமெய்தீண்டல்.
மெல்லென மேனி ரோமங்கள் சிலிர்க்க
அங்கே விண்ணெனும் கார்வண்ணக் கித்தானில்
வேறொரு வண்ணம்பூசும் இரவித் தூரிகை
வியர்வை ஈரத்தில் நனைந்துகிடக்கிறது.
அது உலர்ந்துவிட்டதும்
வெள்ளை நிறத்தொளி விண்ணேறும்.
அதுவரை இவ்விரவைக்
கள்ளெனப் பருகுவன் யான்.

●

வசியச் சந்திரன்
வாராத இரவில்
வானத்தை என்
பேனாவுக்கு இரையாக்குவேன்.
வெள்ளி நிலவது வெளிச்சமிட்டால்
அவ்வொளியின் கீற்றே
என் கவிதைச் சரக்கு.
சூரியன் வந்து
சுடுமணல் எரிந்தாலும்
எழுத எனக்கு நிழல் இருக்கும்.
தென்றலை வர்ணித்துக்கொண்டே
புயலுக்கும் ஒரு பல்லவியை எழுதுகிறேன்.
என்னை எழுதும்
ஓர் எழுதுகோலும் நானே!

●

உலர்ந்த இரவை
நனைக்கப் பெய்த மழையில்
கற்பனைச் சாயம்
கரைந்தொழுகியது.
சாயம் போன இரவைத்
தோலுரிக்கத் தோதாக
ஒரு கசாப்புக் கத்தி
அதன் கழுத்தருகே கிடக்கிறது.
அக்கழுத்தில் தொங்கும்
இரசமணியைத்
தனதாக்கிக்கொள்ளக்
காத்திருக்கும் கத்திக்கு
மழுங்கிய முனை.
முனையைச் சாணமிட
ஓட்டமும் நடையுமாய் வந்துசேர்ந்த
உப்புக்காகிதத்திற்கு
இளகிய மனம்.
இளகிய மனத்தின்
உரசல்கள் உண்டாக்கின
உப்புக்காகிதத்தில் கிழிசல்கள்.
கிழிந்த இரவின் துளைகளூடே
நடக்கும் இந்நாடகத்தை
எட்டிப் பார்த்துக்கொண்டிருக்கிறது வானம்.

வானமும் தீயும் நனைவதில்லை.
நிலமும் காற்றும்
நீரைப் பிரிவதில்லை.
உற்றதைக் கொண்டு உய்ய
யாருமே நினைப்பதில்லை.

●

காற்றுக் குதிரையின்
காற்குளம்படியோசை கேட்டேன்.
அங்குக் கடல் இருந்தது.
அந்தக் கடலலையின் ஓசை
ஒரு இலயத்தில் இருந்தது.
அது என்னை
மோனத்தில் பாடவைத்தது.
தூரத்தில்
ஒரு புல்லாங்குழல் விற்பனையாளன்
என் மோனக்குரலுக்குப்
பின்னணி இசை சேர்த்தான்.
அது காற்றலையில்
என் செவிப்புணர்ந்தது.
காற்றைக் குமிழியாக்கிக்
காற்றிலே அலையவிட்டுக்
காற்றை அழகாக்கினான்
இன்னொருவன்.
என் கண்களைக்
காற்றுக்குமிழியோடு அனுப்பிவிட்டுக்
கரையில் நின்றிருந்தேன்.
அம்மென்னீர மணற்படுகையில்
என் கால்கள்.
அலைவந்து கால்களைத் தொட்டு

அந்த மென்னீர மணற்படுகையில்
அப்படியே உப்பாய் நானும்
கரையக் கடவேனோ!

●

உயரத்தின் நிழல்
மயங்கி வீழ
அதன் முகத்தில்
தண்ணீர் தெளித்து எழுப்பியது
ஒரு துயரம்.
மயக்கம் தெளிந்து எழுகையில்
அத்துயரத்தின் கைகளில்
ஒரு குவளையும்
அதில் சிலதுளிகள் நஞ்சுகலந்த
குடிநீரும் இருந்தது.
தாகத் தினவுக்கு நச்சுநீரூட்டி
தாகத்தோடு உயிரையும் நீக்கியது
அத்துயரம்.
இப்போது மீண்டும்
கீழே விழுந்தது
அந்த உயரத்தின் நிழல்.
இம்முறையும்
தண்ணீர் தெளித்துக்கொண்டிருக்கிறது
அம்முட்டாள் துயரம்.

●

நான்
ஆழ்ந்துறங்கும் இரவில் மட்டும்
சில கொசுக்கள்
என்னைக் கடிக்க
அனுமதிக்கிறேன்.
எனக்கு வலிக்காமல்
எவ்வளவு இரத்தம் வேண்டுமானால்
எடுத்துக்கொள்ளட்டும் என்பதே
என் எண்ணம்.
இறைத்தீர்ப்பால்
குருதி குறைந்து போவதில்லை
என்னிடம்.
விழித்திருக்கும்போது
அருகே வரவேண்டாம்
என நான் சொல்வது,
எச்சரிக்கை அல்ல.
கொசுக்களுக்காகக்
கொசுக்களிடம்
நான் வைக்கும்
கருணை மனு.

●

ஒளியணைத்த
கிடைப்பார்வையில்
இதழ்நோக்கி இட்ட முத்தம்
கொஞ்சம் மீயொலியாய்
இதழ் திரும்ப,
குறையொலியும்
மீயொலியுமாய்
திரும்பத் திரும்பத்
தொடரும் வௌவால் முத்தம்
நிற்பதில்லை
சேரிடம் சேரும்வரை.
தலைகீழ் உலகம்தான்
பகலைப்பொறுத்தவரை.
இரவு வந்து நேராக்குகிறது
இவ்விக வாழ்க்கையை.
இவ்விரவை உண்டு செரித்து
அப்பகலைக் கண்டுகளிக்கும்
சாதாரணப் பட்சிநான்.
அடுத்த இரவைக் கடன்வாங்கிப்
புணரும் அசாதாரணப் பட்சியும்நான்.

●

நானொரு பறவை.
தாளும் பேனாவும்
என் சிறகுகள்.
நாளும் பறந்துகொண்டே இருக்கிறேன்.
பறந்துகொண்டிருக்கும் பறவை
பாதிவழியில் இறந்ததாய்
நான் கேள்விப்பட்டதில்லை.
ஆகையினால் நான்
பறந்துகொண்டே இருக்க விரும்புகிறேன்
என் சிறகுகள் ஓயும்வரை.

●

நதிநீரைக் கொஞ்சமாய்
நீங்கள் கையிலள்ளிக்கொண்டால்
ஓடும் நீரின் ஓசையை
நிறுத்திவிடமுடியுமா!
நான் நதி!
ஒரு பூவுக்கு நீங்கள்
வேறுபெயர் சூட்டிவிட்டால்
அதன் நிறமோ மணமோ மாறிவிடுமா!
நான் மலர்!
சூரியனின் வெளிச்சத்தை
உங்கள் பெட்டிக்குள் போட்டுப்
பூட்டிவைத்துவிடமுடியுமா!
நான் ஒளி!
ஒரேயொரு விட்டிலைக்
கையில் பிடித்துக்கொண்டு
வீதிக்கே நான்தான் வெளிச்சம்
என்றெண்ணிக்கொண்டு
உங்கள் நேரத்தை வீணடிக்காதீர்கள்.
நதியோசை வேண்டுமா!
மலர் வாசம் வேண்டுமா!
உங்கள் மன இருள் போக்க
ஒளி வேண்டுமா!,
என்னிடமே கேளுங்கள் நேரடியாக!

ஏனென்றால்,
என்னிடம் இருப்பதை
நான் பெரும்பாலும்
தர மறுப்பதில்லை!

●

சிறகுகள் அசைத்துக்கொண்டு
கூட்டுக்குள்ளேயே பறக்கும்
அதிசயப் பறவையா நான்!
அல்ல!
அதிசயப் பறவையல்ல நான்,
உன் நெஞ்சாங்கூட்டுப் பறவை.
மென்மையான இறகுகள் சேர்ந்திருந்துதான்
சிறகுகளை வலுவூட்டுகின்றன
என்பதுபோல
உன்னைப் பற்றிய மென்னினைவுகளே
என் சிறகுகளின் மென்னிறகுகள்.
கூடுவிட்டு வெளியேறி
இரைதேடப் போனாலும்
நான் உதிர்த்த இறகுகளை
நீ வருடிக்கொள்ளவே விட்டுச்சென்றேனடி.
உன் நெஞ்சின் ஈரமென்
மென்னிறகுகளை நனைத்து
எடையேற்றிவிடக்கூடும் என்றே
சிறகடித்துக்கொண்டே இருக்கிறேன்
உன் ஈரமுத்தங்களையும் உலர்த்தி
உடுத்திக்கொண்டு.

காற்றைப் புணரும்
தனிமைப் பொழுதுகளில்
அணையாமல் எரியும்
நினைவு விளக்கில்
உணர்வு நெய் ஊறுகிறது.
அந்த
ஊற்றை நிறுத்துவது
காற்றை நிறுத்துவது
போலென்றது சுடர்.
நிறுத்தவேண்டாமெனத் தீர்மானித்து
எரித்துவிடவே துணிந்துவிட்டேன்.
இனி காற்றைப் புணரும்
தனிமைப் பொழுதுகளில்
அணையாமல் எரிந்துகொண்டேயிருக்கும்
நினைவு விளக்கு.

●

தேவன் உயிர்தெழுவார் எனத் தெரிந்திருந்தால்
செத்திருக்கமாட்டானே யூதாஸ்.!
முப்பது வெள்ளியில்
அப்பங்கள் பலசெய்து
இல்லாதோர்க்கு
இல்லையெனாமல் தந்திருப்பானே!
ஒரு மனுஷன்
இந்த மனுஷகுமாரனைக்
காட்டிக்கொடுக்கப்போகிறானென
அறிந்தும் தேவன்
அவனை அப்படியே விட்டுவைத்தார்.
யூதாஸின் முத்தத்தை
உளமார ஏற்ற அன்பே
தேவன் உயிர்த்தெழுந்ததன்
ஆதார சக்தி.
ஆம், அன்பே ஆகப்பெரும் சக்தி.

●

என் சிலுவையை
என்னிடமே தந்துவிடுங்கள்
எனக்கேட்டேன்.
உடனே தந்துவிட்டீர்கள்.
ஆனால்,
நான் கேட்டது
அணிந்துகொள்ள.
நீங்கள் தந்தது
அறைந்துகொள்ள.

●

எனக்குப் பிடித்ததை
நான் செய்வதை
உங்களின் அளவுகோலால்
அளக்கிறீர்கள்.
எனக்குள் கேட்கும் இசைக்கு
நான் போடும்தாளத்தை
நீங்களறிந்த இசையோடு
ஒப்பிடுகிறீர்கள்.
நீங்களறியாத ஒன்றை
நான் செய்துவிடும்போது
என்னையொரு முட்டாளைப்போல்
அணுகுகின்றீர்கள்.
என்னை எடைபோடும்
உங்கள் மனத்தராசிற்கு
வளைந்த முள்ளென்பதை
எப்போதறிவீர்கள்.
உங்களைச்சொல்லிக் குற்றமில்லை.,
என் எடையை
நானே இன்னும் உணராதபோது
நீங்களெப்படி உணர்வீர்கள்.

●

எனக்கு
ஒரு புதியபெயர் வைக்கப்போவதாக
நண்பர் ஒருவர் கூறினார்.
என்னால் அதை நம்பமுடியவில்லை.
இதுவரை எனக்குப் பெயர்வைப்பதைப் பற்றி
யாரும் எனக்குத் தகவல் தந்ததில்லை
என் தாய் தந்தை உள்பட.
அவர்கள் இட்ட பெயரை
அப்படியே ஏற்றுக்கொண்டேன்,
மறுதலிக்கவில்லை.
எனக்கு நானேவும்
ஒரு பெயரை வைத்துக்கொண்டேன்.
அதற்கு எனக்கு
யாருடைய பரிந்துரையோ அனுமதியோ
தேவைப்படவில்லை.
என்னைப்போலவே பலரும்
அவரவர்கள் பரிந்துரையில்
எனக்கு ஆயிரம் பெயர்களை வைத்திருக்கலாம்.
ஆனாலும், எனக்கு நான் வைத்துக்கொண்ட பெயரே
என்பெயர்.
மற்றவையெல்லாம்
அவரவர் பெயர்களே.

●

பித்தன் வெங்கட்ராஜ்

என் உமிழ்நீரை எனக்கு மிகவும் பிடிக்கும்.
அது புதிது புதிதாய்
உற்பத்தியாகிக்கொண்டே இருக்கிறது,
அதன் உற்பத்தியில்
என்னை எந்தத் தொந்தரவும் செய்வதில்லை,
என் உணவின் சுவைகளை எல்லாம்
இரசிக்க உதவுகிறது என்று
பல காரணங்கள் உண்டு அதற்கு.
அது உமிழ்நீர்தான் ஆனால்
அது யார்மீதும் உமிழ்வதற்கில்லை.
நான் யார் மீதும் உமிழ்வதுமில்லை.
எனக்குள் மட்டுமே விழுங்கிக்கொள்கின்றேன்.
இதுபோன்றே வேறு ஏதாவதொன்று
உங்களுக்குப் பிடிக்குமா என்றா கேட்கிறீர்கள்.
எனக்கு என் கவிதையும் மிகப்பிடிக்கும்.

●

என் வலக்கை தருவதை
என் இடக்கைக்கு அல்ல
என் வலக்கைக்கே தெரியாமல்
பார்த்துக்கொள்வேன் நான்.
அதனால்தான் என்னவோ,
அதைப் பெற்ற கைக்கும்
அது தெரியாமலே போய்விடுகிறது.
அதனால் எனக்கு வருத்தமில்லை.
ஆனாலும் இதை அறியாமலேயே
இருந்துகொண்டிருந்தால்
அது பெற்ற கைக்குத் திருத்தமில்லை.
கையிலிருக்கும்
விளக்கை அணைத்துவிட்டுக்
கிழக்கை மறைத்துவிட்டேன்
என்று நம்பிக்கொண்டிருப்பவர்கள் அவர்கள்.
மேலும்
கிழக்கையே மூடினாலும்
இலக்கை அடையாதுபோமோ
சூரியன்.
என் முழுக்கையும்
எப்போதும் திறந்தேயிருக்கும்
கதவில்லா வாசலைப்போல.
எப்போதும் வந்துசெல்ல வழியிருந்தும்
அவர்கள் வாழ்க்கைமட்டும்
ஓர் ஈசலைப்போல.

●

பித்தன் வெங்கட்ராஜ்

இரவை 'ஆ'வெனப்
பார்த்துக்கொண்டிருந்தேன்.
அப்போதுதான் அது
தன் ஒற்றை மடிக்காம்பென
நிலவைப் பீய்ச்சிப்
பால் தெளித்தது.,
காற்றிலா வெளியிலும்
தன் ஒளிச்சிறகை வீசி
வெகுதூரப் பயணமாய்ப்
பறந்து வந்ததில்
கிட்டத்தட்ட தம்
எல்லா இறகுகளையும்
இழந்திருந்தும்
உயிர்ப்போடிருந்தன
பல நட்சத்திரப் பறவைகள்.,
மனிதர்களை
உறங்கவைத்துவிட்ட மகிழ்ச்சியில்
இராக் கள்ளருந்தி
விடிய விடிய ஆடிப் பாடும்
ரீங்காரப் பூச்சிகள்.,
வீதிக்கு வீதி
விடிய விடிய
பாதுகாப்புப் பணியிலிருக்கும்

தெருவிளக்குகளின்
தலைமைக் காவலராய்
நிலா.,
என எல்லோரும் இன்புற்றிருக்கையில்
எதையுமே செய்யாமல்
வெறுமனே பார்த்துக்கொண்டிருந்துவிட்டு,
கடலிலிருந்து நெய்தெடுத்த
மேகக் கம்பளிகளைப்
போர்த்திக்கொள்கிறது
குளிருக்கஞ்சிய வானம்.

●

தினமும்
மாலை வேளையில்
என்னோடு பயணிக்கும்
அந்த நிலாவைக்
காணவில்லை இன்று.
மேகத்தினுள் ஒளிந்ததோ!
முன்னதாகச் சென்றதோ!
நான்தான் தாமதமோ!
தெரியவில்லை.
இங்கே
தனிமையை நான்
தொட்டச்சிக்கொண்டிருக்கும்போது
என் கவிதையில் வந்துவிட்டது
அந்நிலா.

●

ஒட்டுமொத்தக் குளிரையும்
தன்னகத்தே கொண்டும்
கொஞ்சமும் நடுங்காத
பனிக்கட்டி வாழ்க்கை எனது.
ஆதரவாய் யாரேனும்
அணைத்துக்கொண்டால்
அந்த அன்பின் மென்சூட்டில்தான்
உருகிப் போய்விடுகிறேன்.
உருகினாலும் இறுகினாலும்
நான் நீர்தான்.
நீரைவிடுத்துப் பூமியைப் படைக்க
இறைவன் இனிதான்
இரண்டாவது முயற்சியைத் தொடங்கப்போகிறான்.

●

பித்தன் வெங்கட்ராஜ்

என்
ஒரு கோப்பைத் தேநீரை
நான் மட்டுமே அருந்திட அமர்ந்தேன்.
அப்போதுதான்
மிகுந்த இரைச்சலோடு சென்ற
ஓர் இருசக்கர வாகனம்
ஒரு மிடற்றை விழுங்கிச் சென்றுவிட்டது.
அடுத்த மிடற்றைப் பருகும்போது
என்றுமே அழைக்காத நண்பனொருவன்
அலைபேசியில் அழைத்து
அவன் ஓரிரு மிடறுகளை
விழுங்கிவிட்டான்.
அடுத்த மிடற்றைக் கடைக்காரர்
தன் இரண்டு விரல்களை
வாய்மேல் வைத்துப் பின் விலக்கி 'எதாவது'
என்று கூறி வாங்கிக்கொண்டார்.
இப்படி ஒவ்வொரு மிடற்றையும்
இரவல் தந்துவிட்டு அமர்ந்திருந்த
என்னைப் பார்த்துச் சிரித்தது
அந்த வெற்றுக்கோப்பை.
மீண்டும்
ஒரு கோப்பைத் தேநீரைக் கையிலெடுத்தேன்,
நான் மட்டுமே அருந்தினேன், ஆம்

இப்போது நான் மட்டுமே அருந்தினேன்.
ஆகா! நான் தேநீர் அருந்தப் பழகிவிட்டேன் போலும்.
அருந்தி முடிக்கும்போது
அந்த வெற்றுக்கோப்பையின் கைப்பிடி இருந்தது
இன்னொரு வெற்றுக்கோப்பையின் கையில்.

●

காதல் விடாய் ஆற
கட்டிப்பிடித்து இறுக்கியதில்
இடையே இருந்த காற்று
காணாமல் போய்விட்டது.
அப்பொழுது, காற்றில்லாத வெற்றிடத்தில்
நாமிருந்தோம்.
சரியாகச் சொன்னால்
நாம் அங்கு இல்லை என்பதே உண்மை.
வானவெளியில் மிதந்து
இரவைச் சுகித்தோம்.
விண்மீன்கள் வெட்கிக் கண்ணடித்தன.
அப்படியே வானமாகிப் பனித்துளி பெய்தோம்,
இலைகளை நனைத்தோம்,
புல்லின் தலைகளை நனைத்தோம்.
பின் மேகமாய்க் காத்திருந்தோம்
கதிர் வர.
கதிர் வந்து சூடேற்றி
பனித்துளியை மேலேற்றி
மீண்டும் நம்மிடை கலந்தான்.
அப்பனித் தீர்த்தம் தீர்த்தது விடாய்.

கூடுகள் கூடிக் குடி நடத்தக்
கூடொன்று தேவையில்லை.
முட்டையிட்டுக் குஞ்சுபொரிக்கக்
கூடன்றி வேறெது தகும்.
சிக்கனச் சிறகசைப்பில்
பறக்கப் பழகும் குஞ்சுக்குத் தெரியாது
வலசை போய்வந்த தாய்ப்பறவையின்
சிறகு வலி.
சிறக்கப் பறக்கும் குஞ்சே
நீயறிவாய் சிறகின் பாரம்.
ஏங்கித் தவிக்கும் நெஞ்சே
உனக்கும் எனக்கும்
இன்னும் எவ்வளவு தூரம்?!

●

நான்
எல்லோரையும்
நூறு விழுக்காடு நம்புகிறேன்.
உன்னையும்தான்.!
யார்மேலும்
சினங்கொள்ளாதவனாக
யாரையும்
தண்டிக்காதவனாக
எத்தகையோரையும்
மன்னிப்பவனாக
ஆக வேண்டுமென்று
வரங்கேட்டேன்.
நீ நானாகிவிட்டால்
நான் என்ன ஆவது என்கிறாய்.

●

என்னிடமிருக்கும்
அழுக்கு மூட்டையிலிருந்து
நாளுக்கொன்றாய்
அழுக்காடைகளைத்
தூர எறிகிறேன்.
அன்றைய ஆடை
மீண்டும் அழுக்காடையாக
என் அழுக்கு மூட்டையில்
சேர்ந்துவிடுகிறது.

●

பித்தன் வெங்கட்ராஜ்

பாரதியின் பூனைகளைப்போல்
பல வண்ணப் பூனைகள்
எங்கள் தெருவில்.
அத்தனைக்கும் கொண்டாட்டம்தான்
ஞாயிற்றுக்கிழமை ஆகிவிட்டால்.
அன்றுதான்
கைலா என்கிற கயல்விழி
எங்கள் தெருவுக்கு வருவாள்.
அவள் ஒரு மீன்காரி.
முகத்தில் இரண்டும்
கூடையில் பலதுமாக
விதவிதமான மீன்கள் கொண்டுவருவாள்.
கூடவே ஒரு கத்தியும்.
மீன்களைப் பார்க்கும்போது ஆசையாகவும்
அந்தக் கத்தியைப் பார்க்கும்போது
பயமாகவும் இருக்கும் எனக்கு.
ஆனால் அவளின் மீன்வெட்டைப் பார்க்க
இரண்டு கண்கள் போதாது.
அத்தனை இலாவகம் நிறைந்தது
அவளது மீன்வெட்டு.
ஒவ்வொரு மீனாக எடுத்து
குவளைத் தண்ணீரில் அலசி
றெக்கையைக் கத்தரித்து

செதில்களைச் செதுக்கி
செவுளைப் பெயர்த்து
குடலைப் பிடுங்கி எறிந்துவிட்டு
தண்ணீரில் மீண்டும் அலசி
கத்தியில் அவள் வெட்டும்போது
துண்டாகிப்போவது மீன்கள் மட்டுமல்ல
என் இதயமும்தான்.
இக்காட்சிதான்
எங்கள் தெருப்பூனைகளுக்கு விருந்து
என்று எனக்கு அப்போது தெரியாது.
ஒருநாள் அவளிடம்
'எங்கள் வீட்டுப்பூனை சைவம்'
என்று அறிமுகப்படுத்திக்கொண்டு
மெதுவாகப் பேச்சுக்கொடுத்தேன்.
களுக்கென்று சிரித்தாள்.
குளத்து மீன் நீரைவிட்டு எழுந்து
மீண்டும் நீருக்குள் குதித்தது போன்று
ஒலித்தது அந்தச் சிரிப்பு.
எதற்காக இந்தச் சிரிப்பு என்றேன்.
ஒன்றுமே சொல்லவில்லை அவள்.
எப்படி எந்தவோர் அருவருப்பும் இல்லாமல்
இத்தனை மகிழ்ச்சியாக மீன் வெட்டுகிறாய்
என்று கேட்டேன்.
அதற்கு அவள்
'ஓஷோ' தெரியுமா என்றாள்.
'கொஞ்சம் படித்திருக்கிறேன்' என்றேன்.
'ஜலாலுத்தீன் ரூமீ!?' என்றாள்.

பித்தன் வெங்கட்ராஜ்

'படித்து முடித்துவிடமுடியுமா' என்றேன்.
அவர்கள்தான் உன்கேள்விக்குப் பதில் என்றாள்.
ஒரு மீன்காரி
'ஓஷோ'வையும் 'ரூமி'யையும் பேசுவது
புதிதாக இருந்தது எனக்கு.
வாயடைத்து நின்றேன்.
தியானம் போல் மீன்வெட்டுதல் செய்வதால்
ஆடைவிலகலைப் பற்றி அவள்
அத்தனை கவனமெடுப்பதில்லை என்பது
அப்போது சற்றே விலகியிருந்த
மாராப்பில் தெரிந்தது.
எனது காட்சியில் பிழை என்று
என் கண்ணாம்விழியை
வேறுபக்கம் திருப்பினேன்.
அப்போது அந்தப் பூனைகளெல்லாம்
அவரவர் வீட்டிலிருந்து
அவளையே பார்த்துக்கொண்டிருந்தன.

●

உங்களுக்குக் 'கைலா' நினைவிருக்கிறாள் அல்லவா!
அவள்தான் கைலா என்கிற கயல்விழி.
வெகுநாள்களுக்குப் பிறகு
தேடிப்போய் அவளைச் சந்தித்தேன்.
ஞாயிற்றுக்கிழமை அல்லாத நாளென்றால்
அவளிருக்குமிடம் சென்று வாங்குதல் வழக்கம்.
போய் வண்டியை நிறுத்தியதும்,
வா ஷீலா சார், நல்லாக்கீறியா? என்றாள்.
என்னது ஷீலா சாரா? என்று திடுக்கிட்டேன்.
இன்னா சார் முயிக்கிற!
இல்ல 'ரோகு' இருக்குதானு பாக்குறேன் என்றேன்.
'அய்யே இன்னாத்துக்கு ரோகு?
கொயந்தைக்கா?'
'ஆமா கவிச்சி வாடை வந்தா
குழந்தை சாப்பிடமாட்டங்குது, அதான்'.
'சரி சரி இந்தா எடுத்துனு போ.
கவிச்சி வாட அடிக்கலனா
அதுக்குபேர் மீனா?' என்றாள் ஹாஸ்யமாக.
வாங்கிக்கொண்டு புறப்படும்போது
அவளிடம் கேட்டேன்,
'எதுக்கு என்ன ஷீலா சார்னு கூப்ட?'
'நீ எப்பவும் 'ஷீலா'தான கேப்ப,
அதான்' என்றாள்.

பித்தன் வெங்கட்ராஜ்

என்பெயர் ஆகுபெயர் ஆனது புரிந்தது.
எனக்கு அவள் ஒரு மீன்காரி.
அவளுக்கு நான் ஒரு மீன்,
அதுவும் ஷீலா மீன்.

●

குளிரில் நடுங்குகிறது தீ,
என்னையே போர்வையாக்கி
அணைக்கிறேன்.
இதமாய்ச் சுடுகிறது
முதல் முத்தம்போல.

●

சிறுவயதில் செருப்பைத் தொலைத்தேன்.
பள்ளி வயதில் பேனாவைத் தொலைத்தேன்.
இளவயதில் இதயத்தைத் தொலைத்தேன்.
இப்படி,
தொலைப்பதே வாடிக்கை எனக்கு.
இப்போது தொலைத்துவிட்டேன்
என்னையும்.

●

ஈயொன்று
ஏதாவதொன்று
ஈயென்று
என்னைச் சுற்றியது.
முதலில்
ஈதானேயென்று
நிந்தித்தேன்.
அப்புறம்
என்னடா இது
ஈயென்று
கொஞ்சம் கலவரப்பட்டேன்.
பின் என்னதான்
ஈவதென்று
சிந்தித்தேன்.
பின் என்னையே
ஈயலாமென்று
யோசித்தேன்.
பிறகு ஈயிடம்
யாசித்தேன்,
என்னைத்
தீயிலிடுமுன்
வரமுடியுமாயென்று.

●

'இது என் செருப்பு' என்று
கொஞ்சம் அவசரமாய்ப்
பதற்றத்துடன் காலில் போட்டுக்கொண்ட
குழந்தையிடம்,
'உனக்கு இந்தச் செருப்பை
யார் வாங்கிக்கொடுத்தார்' எனக் கேட்டேன்.
ஒரு காலைத் தூக்கி 'இது அப்பா' என்றும்
மறுகாலைத் தூக்கி 'இது அம்மா' என்றும்
பதிலளித்தது அந்தக் குழந்தை.
இந்தக் காலத்தில் சில செருப்புகள்
இன்னும் ஜோடியாக இருப்பது
இதுபோன்ற பிஞ்சுக் கால்களுக்காகத்தானோ!
அந்தப் பிஞ்சுக் கால்களைத் தொட்டு
ஒரு முத்தம் வைத்தேன்.
அப்போது அவை எனக்குப்
புத்தனின் சின்முத்திரையைப் போல்
தெரிந்தன.

●

முன் பின் பழக்கமில்லாதவர்களுடன் நூறு நாள்கள்
எப்படி ஒரே வீட்டில் வசிக்க முடிகிறது
இவர்களால் என்று கேட்டாய்.
ஓர் இரவுப்பேருந்துப் பயணத்தின்
சக பயணியைப்போல்
ஒரேயோர் இரவைக் கடந்துவிட்டால் போதும்
பிறகு அது எளிதுதான் என்றேன்.
ஆம், ஒரு முழுநாளை ஒரே வீட்டில் தாண்டிவிட்டால்
பிறகெப்படி அவர்கள்
முன் பின் தெரியாதவர்களாயிருக்கக்கூடும்?
மேலும், தம் வீட்டில் இருப்பதைவிடவும்
அடுத்தவர் வீட்டில் என்ன இருக்கிறது,
என்ன நடக்கிறது
என்பதை அறியத்தானே மனிதர்கள் அலைகிறார்கள்.

●

பித்தன் வெங்கட்ராஜ்

என் இதயத்துடிப்புகளைத்தாம்
சொற்களாக்கி உனக்கு அனுப்புகிறேன்.
உன்னை அடையும் சொற்களாக
மாறிப்போகாத என் இதயத் துடிப்புகள்
தற்கொலை செய்துகொள்கின்றன.

•

இரவை விதைக்கிறேன்
பகல்கள் முளைக்கின்றன.
முளைத்த பகல்கள்தாம் தருகின்றன
இரவின் விதைகளை.
விதைக்க வேண்டுமானால்
மறக்கிறேன்.
ஆனால், எப்பகலும் தருவதில்லை
முளைக்கா விதைகளை.

●

இந்த
இரவுகளுக்கு மட்டும் ஏன்
இத்தனை சிறிய தோள்கள்!

●

புயல் காற்றில் நிகழ்ந்த
அயல் மகரந்தச் சேர்க்கையில்
பிறந்தது நம் காதல்.
அது என்னைப்போலவும் இருக்கிறது,
உன்னைப்போலவும் இருக்கிறது.
சில நேரங்களில்,
அது புயலைப் போலவும் இருக்கிறது,
ஒரு பூவைப்போலவும் இருக்கிறது.

●

உள்ளங்கையைக்
குழியாக்கித்
தண்ணீரை ஏந்தத் தெரியாத
குழந்தையைப் போலத்தான்
உன் காதலை ஏந்துகின்றது
என் உள்ளம்.

●

இரவின் நாவை
எச்சரிக்கை செய்கிறேன்.
பேசாதே.
சுவை.

●

கார்கடலில்
கழுத்து வளைந்த
கம்பக் கொக்குகள்
தம் ஒளி அலகுகளால்
இரவுமீனைக்
கொத்திக்கொண்டிருக்கின்றன.
கார்கடல், நாளை காலை
பாற்கடல் ஆகுமெனக்
காத்திருக்கிறது ஒரு பூனை.
பாற்கடல் வற்றி
கருவாட்டு இரவை ருசிக்கக்
காத்திருக்கிறது இன்னொரு பூனை.

●

நிச்சயமாகத் தெரியும்
அந்தப் போக்குவரத்துச் சமிக்கையில்
குறைந்தது மூன்று நாள்களாகும்
அந்தச் சிவப்பு விளக்கு மாற.
பின் எப்போது பச்சை விளக்கெரியும்
எப்போது சிவப்பு விளக்கெரியும்
என்பது அந்தந்தச் சூழலைப் பொறுத்து.
சூழல் என்பது நான்தான்.
நான் என்பது என் முட்டாள்தனங்களும்
சில அதிஷ்டங்களும்.

●

அப்பாவுக்குப் பிடிக்குமென்று
ஆரஞ்சு வாங்கிய அம்மாவுக்குக்
கொய்யாதான் பிடிக்கும்.
வீட்டில் இருக்கிறது
கல்யாணமான புதிதில்
அப்பா நட்டு வளர்த்த
கொய்யா மரம்.
ஆரஞ்சுக்கும் கொய்யாவுக்கும்
ஒரே விதைதான்
அதன் பெயர் அன்பு.

●